Essential

Vietnamese
phrase book

Compiled by
Giuong Van Phan

PERIPLUS

Published by Periplus Editions (HK) Ltd., with editorial offices
at 364 Innovation Drive, North Clarendon, VT 05759 U.S.A.
and 130 Joo Seng Road, #06-01, Singapore 368357.

With acknowledgments to Vu Quoc Tuan.

LCC Card No. 2004558652
ISBN-10: 0-7946-0038-7
ISBN-13: 978-0-7946-0038-9

Printed in Singapore

Distributed by:

Asia-Pacific
Berkeley Books Pte Ltd
130 Joo Seng Road, #06-01
Singapore 368357
Tel: (65) 6280 1330; Fax: (65) 6280 6290
Email: inquiries@periplus.com.sg
www.periplus.com

Japan
Tuttle Publishing
Yaekari Bldg, 3F
5-4-12 Osaki, Shinagawa-ku,
Tokyo 141-0032, Japan
Tel: (81) 3 5437 0171; Fax: (81) 3 5437 0755
Email: tuttle-sales@gol.com

North America, Latin America & Europe
Tuttle Publishing
364 Innovation Drive
North Clarendon, VT 05759-9436, U.S.A.
Tel: 1 (802) 773 8930; Fax: 1 (802) 773 6993
Email: info@tuttlepublishing.com
www.tuttlepublishing.com

Indonesia
PT Java Books Indonesia
Kawasan Industri Pulogadung
Jl. Rawa Gelam IV No.9
Jakarta 13930, Indonesia
Tel: (62) 21 4682 1088
Fax: (62) 21 461 0206
Email: cs@javabooks.co.id

10 09 08 07
8 7 6 5 4 3 2

Contents

Introduction

● **Welcome to the Periplus Essential Phrase Books series, covering the world's most popular languages and containing everything you'd expect from a comprehensive language series. They're concise, accessible, and easy to understand, and you'll find them indispensable on your trip abroad.**

Each guide is divided into 15 themed sections and starts with a pronunciation table that explains the phonetic pronunciation for all the words and phrases you'll need to know for your trip. At the back of the book is an extensive word list and grammar guide that will help you construct basic sentences in your chosen language.

Throughout the book you'll come across colored boxes with a 👂 beside them. These are designed to help you if you can't understand what your listeners are saying to you. Hand the book over to them and encourage them to point to the appropriate answer to the question you are asking.

Other colored boxes in the book—this time without the symbol—give alphabetical listings of themed words with their English translations beside them.

For extra clarity, we have put all English words and phrases in **black** and foreign language terms in red.

This phrase book covers all subjects you are likely to come across during the course of your visit, from reserving a room for the night to ordering food and drink at a restaurant and what to do if your car breaks down or you lose your traveler's checks and money. With over 2,000 commonly used words and essential phrases at your fingertips, you can rest assured that you will be able to get by in all situations, so let the Essential Phrase Book become your passport to a secure and enjoyable trip!

Pronunciation guide

The Vietnamese alphabet has 29 letters: a, ă, â, b, c, d, đ, e, ê, g, h, i, k, l, m, n, o, ô, ơ, p, q, r, s, t, u, ư, v, x, y.

Vietnamese consonants are written as a single letter or a cluster of two or three letters, as follows: b, c, ch, d, đ, g, gh, gi, h, k, kh, l, m, n, ng, ngh, nh, p, ph, qu, r, s, t, th, tr, v, x.

The vowels in Vietnamese are the following: a, ă, â, e, ê, i/y, o, ô, ơ, u, ư. Vowels can also be grouped together to form a cluster.

The following tables of the vowels and consonants are in Vietnamese pronunciation with the English equivalent.

Vowels

Vietnamese	English	Example	Meaning
a	*father*	ba	three
ă	*hat*	ăn	to eat
â	*but*	âm	sound
e	*bet*	em	younger brother/sister
ê	*may*	đêm	night
i/y	*me*	kim	needle
o	*law*	lo	to worry
ô	*no*	cô	aunt
ơ	*fur*	bơ	butter
u	*too*	ngu	stupid
ư	*uh-uh*	thư	letter

Consonants

Vietnamese	English	Example	Meaning
b	*book*	bút	pen
c,k,q	*can*	cá	fish
		kem	ice cream
qu	*queen*	quý	precious
ch	*chore*	cho	to give
d, g (before i)	*zero*	da	skin
		gì	what
đ	*do*	đi	to go
g, gh	*go*	ga	railway station
		ghe	boat
h	*hat*	hai	two
kh	*loch*	không	no
l	*lot*	làm	to do
m	*me; him*	mai	tomorrow
n	*not; in*	nam	south
ng, ngh	*singer*	ngon	delicious
		nghe	to hear
nh	*canyon*	nho	grape
ph	*phone*	phải	right
r	*run*	ra	to go out
s	*show*	sữa	milk
t	*top*	tốt	good

th	*th*in	*th*ăm	to visit
tr	en*tr*y	*tr*ên	on/above
v	*v*ery	*v*à	and
x	*s*ee	*x*a	far

Tones

The standard Vietnamese language has six tones. Each tone is a meaningful and integral part of the syllable. Every syllable must have a tone. The tones are indicated in conventional Vietnamese spelling by marks placed over (à, á, ả, ã) or under (ạ) single vowels or the vowel in a cluster that bears the main stress (v).

Vietnamese name	Tone mark	Tone	Description	Example	Meaning
không dấu	none	mid-level	Voice starts at middle of normal speaking range and remains at that level	*ma*	ghost
huyền	à	low-falling	Voice starts fairly low and gradually falls	*mà*	but
sắc	á	high-rising	Voice starts high and rises sharply	*má*	cheek
hỏi	ả	low-rising	Voice falls initially, then rises slightly	*mả*	tomb
ngã	ã	high-broken	Voice rises slightly, is cut off abruptly, then rises sharply again	*mã*	horse
nặng	ạ	low-broken	Voice falls, then cuts off abruptly	*mạ*	rice seedling

Useful lists

Useful lists

1.1 Today or tomorrow?

What day is it today? _____	Hôm nay (là) thứ mấy?
Today's Monday _____	Hôm nay là thứ hai
– Tuesday_____	– Thứ ba
– Wednesday _____	– Thứ tư
– Thursday _____	– Thứ năm
– Friday _____	– Thứ sáu
– Saturday_____	– Thứ bảy
– Sunday _____	– Chủ nhật
in January _____	vào tháng giêng
since February _____	từ tháng hai
in spring_____	(vào) mùa xuân
in summer_____	(vào) mùa hạ/mùa hè
in autumn _____	(vào) mùa thu
in winter_____	(vào) mùa đông
2001 _____	năm hai ngàn lẻ một
the twentieth century _____	thế kỷ thứ hai mươi
the twenty-first century ___	thế kỷ thứ hai mươi mốt
What's the date today? ____	Hôm nay ngày mấy?
Today's the 24th_____	Hôm nay (là) ngày 24
Monday 3 November _____	Thứ hai ngày 3 tháng mười một
in the morning _____	(vào) buổi sáng
in the afternoon_____	(vào) buổi chiều
in the evening _____	(vào) buổi tối
at night_____	ban đêm
this morning_____	sáng nay
this afternoon_____	chiều nay

this evening _____ tối nay

tonight _____ đêm nay

last night _____ đêm qua

this week _____ tuần

next month _____ tháng tới/tháng sau

last year _____ năm ngoái/năm rồi

next... _____ tới/sau

in...days/weeks/ _____ ...ngày/tuần/tháng/năm nữa
  months/years

...weeks ago _____ cách đây...tuần

day off _____ ngày nghỉ

 .2 Legal holidays

● **The most important legal holidays** in the Vietnam are the following:

January 1	**New Year's Day**
	Tết dương lịch
February	**Lunar New Year**
	Tết/Tết âm lịch
March	**King Hung Vuong anniversary**
	Giỗ tổ Hùng Vương
30 April	**Victory Day**
	Lễ Chiến Thắng
1 May	**Labor Day**
	Lễ Lao Động
2 September	**National Day**
	Lễ Quốc Khánh

Most shops, banks, and government institutions are closed on these
days. Although Christmas is not considered a legal holiday, it is
actually a season of festivities for the urban population, regardless of
their beliefs. Individual towns and provinces also have public holidays
to celebrate their own festivals.

 .3 What time is it?

What time is it? _____ Mấy giờ rồi?/Bây giờ là mấy giờ?

It's nine o'clock _____ Chín giờ

– five past ten_____ – mười giờ năm (phút)

– a quarter past eleven _____ – mười một giờ mười lăm (phút)

– twenty past twelve _____ – mười hai giờ hai mươi (phút)

– half past one _____ – một giờ rưỡi

– twenty-five to three _____ – ba giờ kém hai mươi lăm (phút)

– a quarter to four _____ – bốn giờ kém mười lăm (phút)

– ten to five _____ – năm giờ kém mười (phút)

It's midday (twelve noon) __ Mười hai giờ trưa

It's midnight _____ Mười hai giờ dêm/nửa dêm

half an hour _____ nửa giờ

What time? _____ Mấy giờ?

What time can I come by? _ Mấy giờ tôi dến dược?

At... _____ Lúc...

After... _____ Sau khi...

Before... _____ Trước...

Between...and... (o'clock) _ Trong khoảng từ...dến...

From...to... _____ Từ...dến...

In...minutes _____ ...phút nữa

– an hour _____ – một giờ

– ...hours _____ – ...giờ

– a quarter of an hour ____ – mười lăm phút

three quarters of an hour __ bốn mươi lăm phút

too early/late _____ quá sớm/quá trễ

on time _____ đúng giờ

summertime _____ giờ mùa hạ
  (daylight saving)

wintertime _____ giờ mùa dông

1 .4 One, two, three...

0 _____	không
1 _____	một
2 _____	hai
3 _____	ba
4 _____	bốn
5 _____	năm
6 _____	sáu

7 _____	bảy
8 _____	tám
9 _____	chín
10 _____	mười
11 _____	mười một
12 _____	mười hai
13 _____	mười ba
14 _____	mười bốn
15 _____	mười lăm
16 _____	mười sáu
17 _____	mười bảy
18 _____	mười tám
19 _____	mười chín
20 _____	hai mươi
21 _____	hai mươi mốt
22 _____	hai mươi hai
30 _____	ba mươi
31 _____	ba mươi mốt
32 _____	ba mươi hai
40 _____	bốn mươi
50 _____	năm mươi
60 _____	sáu mươi
70 _____	bảy mươi
80 _____	tám mươi
90 _____	chín mươi
100 _____	một trăm
101 _____	một trăm lẻ một/một trăm linh một
110 _____	một trăm mười
120 _____	một trăm hai mươi
200 _____	hai trăm
300 _____	ba trăm
400 _____	bốn trăm
500 _____	năm trăm
600 _____	sáu trăm
700 _____	bảy trăm
800 _____	tám trăm
900 _____	chín trăm
1,000 _____	một ngàn/một nghìn
1,100 _____	một ngàn một trăm
2,000 _____	hai ngàn
10,000 _____	mười ngàn
100,000 _____	một trăm ngàn
1,000,000 _____	một triệu
1st _____	thứ nhất
2nd _____	thứ nhì/thứ hai
3rd _____	thứ ba
4th _____	thứ tư

5th	thứ năm
6th	thứ sáu
7th	thứ bảy
8th	thứ tám
9th	thứ chín
10th	thứ mười
11th	thứ mười một
12th	thứ mười hai
13th	thứ mười ba
14th	thứ mười bốn
15th	thứ mười lăm
16th	thứ mười sáu
17th	thứ mười bảy
18th	thứ mười tám
19th	thứ mười chín
20th	thứ hai mươi
21st	thứ hai mươi mốt
22nd	thứ hai mươi hai
30th	thứ ba mươi
100th	thứ một trăm
1,000th	thứ một ngàn
once	một lần
twice	hai lần
double	gấp đôi/gấp hai
triple	gấp ba
half	nửa
a quarter	một phần tư
a third	một phần ba
some/a few	một vài/một ít

2 + 4 = 6 _____	2 cộng 4 bằng 6
4 - 2 = 2 _____	4 trừ 2 còn 2
2 x 4 = 8 _____	2 nhân 4 bằng 8
4 ÷ 2 = 2 _____	4 chia 2 bằng 2
even/odd _____	chẵn/lẻ
total _____	tổng cộng
6 x 9 _____	6 lần 9

1 .5 The weather

Is the weather going to ____ be good/bad?	Trời sẽ đẹp/xấu không?
Is it going to get _____ colder/hotter?	Trời lạnh hơn/nóng hơn không?
What temperature is it_____ going to be?	Nhiệt độ sẽ là bao nhiêu?
Is it going to rain? _____	Trời sắp mưa không?
Is there going to be a_____ storm?	Trời sắp có bão phải không?
Is there going to be a_____ thunderstorm?	Trời sắp có giông phải không?
The weather's changing ___	Thời tiết đang thay đổi
It's going to be cold _____	Trời sẽ lạnh
What's the weather_____ going to be like today/ tomorrow?	Hôm nay/ngày mai thời tiết như thế nào?

âm đạm	đẹp/trong	giá lạnh về đêm
bleak	fine/clear	overnight frost
ẩm ướt	dịu	gió
humid	mild	wind
băng giá	độ (trên không độ/	gió/nhiều gió
frost	dưới không độ)	windy
bão	...degrees (below/	gió nhẹ/mạnh/rất mạnh
hurricane/storm	above zero)	moderate/strong/
cơn gió	đợt nóng	very strong winds
gusts of wind	heatwave	hầm
đẹp/tốt	giá lạnh	stifling
fine	frost/frosty	

14

lạnh và ẩm	nắng	sương mù
cold and damp	**sunny**	**fog/foggy**
mát	ngày nắng	trời trong/có mây
coolmưa	**sunny day**	**clear skies/cloudy/**
rain	nhiều mây	**overcast**
mưa đá	**cloudiness**	tuyết
hail	rất nóng	**snow**
mưa lớn	**very hot**	
heavy rain		

.6 Here, there...

See also 5.1 Asking for directions

here, over here _____ ở đây/ở đằng này

there, over there _____ ở chỗ kia/ở đằng kia

everywhere _____ ở khắp nơi

far away/nearby _____ xa/gần

(on the) right/(on the) left __ (ở bên) phải/(ở bên) trái

to the right/left of _____ ở bên phải/ở bên trái của

straight ahead _____ đi thẳng

via _____ qua, ngang qua

in/to_____ vào trong/vào

on _____ trên

under _____ dưới

against _____ ngược/đối lại

opposite/facing _____ đối diện

next to _____ kế bên

near_____ gần

in front of _____ ở trước mặt

in the center _____ ở giữa/ở trung tâm

forward _____ về phía trước

down_____ xuống

up _____ lên

Useful lists

inside _____	bên trong
outside _____	bên ngoài
behind _____	đàng sau
at the front _____	ở phía trước
at the back/in line _____	ở phía sau/ở trong hàng
in the north _____	ở miền bắc
to the south _____	đi miền Nam
from the west _____	từ phía tây
from the east _____	từ phía đông
to the...of _____	đến...

1.7 What does that sign say?

See also 5.2 Traffic signs

bán	sơ cứu/tai nạn và cấp	lối thoát khi có cháy
for sale	cứu (bệnh viện)	hoả hoạn
bị hư	**first aid/accident and**	**fire escape/escalator**
out of order	**emergency**	lối vào
bưu điện	**(hospital)**	**entrance**
post office	đã bán hết	mở/mở cửa
cấm hút thuốc/	**sold out**	**open**
cấm xả rác	đẩy	ngừng
no smoking/no litter	**push**	**stop**
cấm săn bắn/	đầy	người đi bộ
cấm câu cá	**full**	**pedestrians**
no hunting/fishing	điện cao thế	nguy hiểm/coi chừng
cấm vào	**high voltage**	hỏa hoạn/nguy hiểm
no access/no entry	đóng cửa (nghỉ lễ/	đến tính mạng
công an/cảnh sát	sửa sang)	**danger/fire hazard/**
police/municipal	**closed (for holiday/**	**danger to life**
police	**refurbishment)**	bệnh viện
cảnh sát giao thông	hướng dẫn	**hospital**
traffic police	**information**	nước nóng/lạnh
cho thuê	kéo	**hot/cold water**
for hire/rent	**pull**	nước (không) uống
chỗ dành riêng	khách sạn	được
reserved	**hotel**	**(no) drinking water**
có người	không dùng	phòng bán vé
engaged	**not in use**	**ticket office**
coi chừng chó dữ	lối ra (khẩn cấp)	phòng đợi
beware of the dog	**(emergency) exit**	**waiting room**

16

phòng tắm	thu ngân/quầy thu tiền
bathrooms	**cashier**
nhà vệ sinh/WC	thời gian biểu
restroom/WC	**timetable**
sở cứu hỏa	ngoại hối/đổi tiền
fire department	**exchange**
sơn ướt	vào cửa (miễn phí)
wet paint	**entrance (free)**
thắng khẩn cấp	
emergency brake	

văn phòng hướng dẫn
du lịch
tourist information
bureau
xin đừng quấy rầy/
sờ mó
please do not
disturb/touch

.8 Telephone alphabet

a _____ a as in father
anh (brother)

ă _____ ă as in hat
ăn (to eat); năm (five)

â _____ â as in but
âm (sound); hâm (to heat)

e _____ e as in bet
em (younger brother/sister); den (black)

ê _____ ê as in may
êm (soft); dêm (night)

i or y _____ i as in me
im (quiet); kim (needle); di (to go)

o _____ o as in law
lo (to worry); bom (bomb)

ô _____ ô as in no
cô (miss, aunt); ông (Mr); tôm (shrimp)

ơ _____ ơ as in fur
ơn (favour); cơm (cooked rice)

u _____ u as in put
ngu (stupid); Úc (Australia)

ư _____ ư as in uh-uh
ưa (to like); lưng (back)

b _____ bờ as in bed
ba (three)

c/k _____ cờ as in can
ca (to sing); kem (ice-cream)

qu _____ quờ as in quit
qua (to cross); quỹ (precious)

d/gi _____ dờ as in zone
da (skin); gì (what)

d _____ đờ as in do
đi (to go); đâu (where)

g/gh _____ gờ as in go
ga (railway station); ghê (horrible)

h _____ hờ as in hat
hai (two)

kh _____ khờ
không (no, not)

l _____ lờ as in lot
làm (to do)

m _____ mờ as in me
mai (tomorrow)

n _____ nờ as in not
Nam (south); in (to print)

ng/ngh _____ ngờ as in singer
ngon (nice to eat); nghe (to hear)

nh _____ nhờ as in canyon
nho (grape); nhanh (quick)

ph _____ phờ as in phone
phải (right)

r _____ rờ as in run
ra (to go out); rau (vegetables)

s _____ sờ as in show
sữa (milk)

t _____ tờ as in top
tốt (good); tôi (I, me)

th _____ thờ as in thin
thăm (to visit)

tr _____ trờ as in entry
trong (clear); trên (on, above)

v _____ vờ as in very
và (and)

x _____ xờ as in see
xa (far)

.9 Personal details

surname _____ họ

first name _____ tên

initials _____ chữ viết tắt

address (street/number) ___ địa chỉ (đường phố/số nhà)

postal (zip) code/town _____ khu bưu chính/tỉnh

sex (male/female) _____ phái tính (nam/nữ)

nationality/citizenship _____ quốc tịch/công dân

date of birth _____ ngày sinh

place of birth _____ nơi sinh

occupation _____ nghề nghiệp

marital status _____ tình trạng hôn nhân

married _____ có gia đình

single _____ độc thân

widowed _____ goá vợ/goá chồng

(number of) children _____ (số) con cái

passport/identity card/_____ hộ chiếu/giấy chứng minh/số bằng lái (xe)
  driving license number

place and date of issue ____ nơi và ngày cấp

signature _____ chữ ký

2

Courtesies

Courtesies

● **It is common** in Vietnam to shake hands on meeting and parting company in urban areas, but this is not common in rural areas. Vietnamese women in particular may be hesitant to shake hands. Vietnamese bow their heads slightly when greeting other people.

In Vietnamese, the family name is written first, followed by the middle name and then the given name, e.g.:

Family name	Middle name	Given name
Nguyễn	Văn	Minh

The family name is virtually never used except in conjunction with the other two names. A person is addressed by their given name and a title, e.g.:

Nguyễn Văn Minh	Ông Minh	(Mr Minh)
Trịnh Thị Hoa	Bà Hoa	(Mrs Hoa)
Trần Tuyết Mai	Cô Mai	(Miss Mai)

A woman keeps her maiden name for official purposes after she marries, but she can be addressed by her husband's given name and a title, e.g.: after the marriage of Trần Tuyết Mai to Nguyễn Văn Minh, others will address her as "Bà Minh."

Vietnamese names usually have meanings, for example, Hồng means "rose" and Hùng means "hero." Names are often chosen for their auspicious meaning. Most names can be used for both boys and girls but when used as a middle name, Văn is almost always for boys and Thị for girls.

People seldom ask each other their names. They address each other by a series of kinship terms or professional titles. Such terms and titles always go before the given name, never the family name. It would be extremely disrespectful for students to address their teacher by name alone, or for a younger person to address an older person in the same manner. It is possible however to call close friends and younger family members by name alone.

The Vietnamese usually use a system of kinship terms instead of names as a method of address, e.g.: bác (father's elder brother)—used for people obviously older than the speaker; anh (older brother)—used for a man the same age or older than the speaker; chị (older sister)—used for a woman the same age or older than the speaker. These terms can be used alone or with the given name (never with the surname), e.g.: Bác Minh, Chị Mai.

More respectful terms are used in formal situations: Ông (Mr), Bà (Mrs), Cô (Miss). These titles are used with the given name. Women are called "bà" and "cô" according to their age, rather than their marital status. Foreign women are usually called "bà" regardless of age.

In formal situations the title of the position held by a person is usually used as a term of address, e.g.: Kỹ sư Minh (Engineer Minh), Giáo sư Hoa (Professor Hoa). The terms "ông" and "bà" can be added to professional titles to make them more respectful, e.g.: Bà giám đốc (Mrs Director), Ông bác sĩ (Mr Doctor). In this case the given name is not used. Female teachers are called "cô" and male teachers are called "thầy." These terms are extremely respectful.

The professional title held by a husband or wife can be transferred to the other spouse, e.g. the husband of Cô Mai (Teacher Mai) could be called thầy Minh (Teacher Minh) because his wife is a teacher, even if he is not.

.1 Greetings

Hello/Good morning, _____ Mr Williams	Chào ông Williams
Hello/Good morning, _____ Mrs Jones	Chào bà Jones
Hello, Peter _____	Chào Peter
Hi, Helen _____	Chào Helen
Good morning, madam_____	Chào bà
Good afternoon, sir _____	Chào ông
How are you?/ _____ How are things?	Ông (m.)/bà (f.) khoẻ không?
Fine, thank you, and you? _	Khoẻ, cảm ơn, còn ông (m.)/bà (f.) thế nào?
Very well, and you? _____	Khoẻ lắm, còn ông (m.)/bà (f.) thế nào?
In excellent health/ _____ In great shape	Rất khoẻ/Khoẻ lắm
So-so _____	Cũng thường
Not very well _____	Không được khoẻ lắm
Not bad _____	Cũng được
I'm going to leave_____	Tôi sắp đi
I have to be going, _____ someone's waiting for me	Tôi phải đi, có người đang đợi tôi
Good-bye_____	Chào ông (m.)/bà (f.)
See you later _____	Hẹn gặp lại
See you soon _____	Mong sớm gặp lại
See you in a little while____	Lát nữa gặp lại
Sweet dreams _____	Chúc ông (m.)/bà (f.) nhiều giấc mơ đẹp
Good night _____	Chúc ông (m.)/bà (f.) ngủ ngon
All the best _____	Chúc ông (m.)/bà (f.) mọi điều tốt lành
Have fun _____	Vui nghe!
Good luck _____	Chúc may mắn
Have a nice vacation _____	Đi nghỉ mát vui vẻ

Bon voyage/ _____ Đi chơi vui vẻ
  Have a good trip

Thank you, the same _____ Cảm ơn, (tôi) cũng chúc ông (m.)/
  to you   bà (f.) như vậy

Give my regards to..._____ Xin cho tôi gởi lời thăm...

Say hello to..._____ Cho tôi gởi lời thăm...

2 .2 How to ask a question

Who? _____ Ai?

Who's that?/Who is it?/ ____ Ai đó?
  Who's there?

What? _____ Cái gì?/Gì?

What is there to see? _____ Có cái gì để xem?

What category of hotel ____ Khách sạn đó thuộc loại nào?
  is it?

Where?_____ Ở đâu?/Đâu?

Where's the bathroom? ____ Phòng tắm ở đâu?

Where are you going? _____ Ông (m.)/Bà (f.) đi đâu?

Where are you from? _____ Ông (m.)/Bà (f.) từ đâu tới?

How?_____ Như thế nào?/Cách nào?

How far is that? _____ Nơi đó có xa không?/Bao xa?

How long does that take? __ Mất bao lâu?

How long is the trip? _____ Chuyến đi mất bao lâu?

How much?_____ Bao nhiêu tiền?/Bao nhiêu?

How much is this? _____ Cái này bao nhiêu?

What time is it? _____ Mấy giờ rồi?

Which one/s? _____ Cái nào?

Which glass is mine? _____ Ly nào (là) của tôi?

When? _____ Khi nào?

When are you leaving? ____ Khi nào ông/bà đi?

Why?_____ Tại sao?

Could you help me, please?	Xin giúp tôi?
Could you show me, _____ please?	Xin chỉ giùm tôi?
Could you come with me, _ please?	Xin đi cùng với tôi?
Could you book me _____ some tickets, please?	Xin giữ trước cho tôi một vài vé?
Could you recommend ____ another hotel?	Xin giới thiệu cho tôi một khách sạn khác?
Do you know...? _____	Ông (m.)/bà (f.) có biết...?
Do you know whether...? __	Ông (m.)/bà (f.) có biết...?
Do you have...? _____	Ông (m.)/bà (f.) có...?
Do you have a...for me? ___	Ông (m.)/bà (f.) có...cho tôi không?
Do you have a _____ vegetarian dish?	Ông (m.)/bà (f.) có món ăn chay không?
I would like... _____	Tôi muốn mua.../Cho tôi...
I'd like a kilo of apples, ____ please	Cho tôi một kí táo
Can/May I? _____	Được không?
Can/May I take this away?	Tôi lấy cái này được không?
Can I smoke here? _____	Tôi hút thuốc ở đây được không?
Could I ask you _____ something?	Tôi hỏi ông/bà điều này được không?

.3 How to reply

Yes, of course _____	Được chứ
No, I'm sorry _____	Rất tiếc, không được
Yes, what can I do for ____ you?	Dạ, ông (m.)/bà (f.) cần gì?
Just a moment, please ____	Xin đợi một lát
No, I don't have time _____ now	Không, bây giờ tôi không có thì giờ
No, that's impossible _____	Không, không thể được

I think so/I think that's _____ Đúng vậy/Tôi nghĩ rằng điều đó rất đúng
  absolutely right

I think so too/I agree _____ Tôi cũng nghĩ vậy/Tôi đồng ý

I hope so too _____ Tôi cũng hy vọng như vậy

No, not at all/ _____ Không, hoàn toàn không/Tuyệt đối không
  Absolutely not

No, no one _____ Không, không có ai cả

No, nothing _____ Không, không có gì cả

That's right _____ Đúng vậy

Something's wrong _____ Có chuyện gì rồi

I agree/don't agree _____ Tôi đồng ý/không đồng ý

OK/it's fine _____ Được/tốt lắm

OK, all right _____ Được

Perhaps/maybe _____ Có lẽ/có thể

I don't know _____ Tôi không biết

2 .4 Thank you

Thank you _____ Cảm ơn

You're welcome _____ Không có chi

Thank you very much/ _____ Cảm ơn nhiều/Cảm ơn nhiều lắm
  Many thanks

Very kind of you _____ Ông (m.)/bà (f.) tốt quá

My pleasure _____ Không có chi/Đâu có gì

I enjoyed it very much _____ Tôi thích lắm

Thank you for... _____ Cảm ơn ông (m.)/bà (f.) đã

You shouldn't have/ _____ Ông (m.)/bà (f.) tốt quá
  That was so kind of you

Don't mention it! _____ Có gì đâu!

That's all right _____ Không có chi

Courtesies

2

2.5 Sorry

Excuse me/pardon me/ _____ sorry	Xin lỗi
I do apologize _____	Tôi xin lỗi
Sorry, I didn't know that... _	Tôi xin lỗi, tôi không biết rằng...
I didn't mean it/ _____ It was an accident	Tôi không cố ý/ Đây là chuyện rủi ro
That's all right/ _____ Don't worry about it	Không có chi/Đừng lo gì cả
Never mind/Forget it _____	Đừng bận tâm/Hãy quên nó đi
It could happen to anyone _	Chuyện này dâu ai tránh được

2.6 What do you think?

Which do you prefer/ _____ like best?	Ông (m.)/bà (f.) thích cái nào hơn/ thích cái nào nhất?
What do you think? _____	Ông (m.)/bà (f.) thấy thế nào?
Don't you like dancing? _____	Ông (m.)/bà (f.) không thích khiêu vũ sao?
I don't mind _____	Sao cũng được
Well done! _____	Hay lắm!
Not bad! _____	Được lắm!
Great!/Marvelous! _____	Tuyệt vời!
Wonderful! _____	Tuyệt vời!
How lovely! _____	Đẹp quá!/Hay quá!
I am pleased for you _____	Tôi mừng cho ông (m.)/bà (f.)
I'm very happy to... _____	Tôi rất sung sướng...
It's really nice here! _____	Ở đây hay quá/Ở đây tốt quá!
How nice! _____	Tốt quá!
How nice for you! _____	Rất tốt cho ông (m.)/bà (f.)!
I'm (not) very happy _____ with...	Tôi (không) vui lắm...
I'm glad that... _____	Tôi vui vì...
I'm having a great time _____	Tôi rất vui

I can't wait till tomorrow/ ___ I'm looking forward to tomorrow	Tôi không thể đợi đến ngày mai/ Tôi mong đến ngày mai
I hope it works out _____	Tôi hy vọng việc sẽ ổn thoả
How awful! _____	Ghê quá!/Kỳ quá!
It's horrible! _____	Khủng khiếp!
That's ridiculous!_____	Tức cười quá/Nực cười quá!
That's terrible! _____	Ghê quá!
What a pity/shame! _____	Thật đáng tiếc!/Thật xấu hổ!
How disgusting! _____	Ghê quá!
What nonsense/How silly! _	Vô lý quá!
I don't like it/them _____	Tôi không thích nó/chúng
I'm bored to death _____	Tôi chán muốn chết
I'm fed up _____	Tôi chán lắm
This is no good _____	Cái này không tốt
This is not what_____ I expected	Cái này không phải là cái tôi muốn

Conversation

Conversation

3 .1 I beg your pardon?

I don't speak any.../ I speak a little...	Tôi không nói được.../ Tôi chỉ nói...ít thôi
I'm American _____	Tôi là người Mỹ
Do you speak English? ___	Ông (m.)/bà (f.) có nói tiếng Anh không?
Is there anyone who_____ speaks ...?	Có ai nói...?
I beg your pardon/What? __	Xin lỗi, ông (m.)/bà (f.) nói gì?/Sao ạ?
I (don't) understand _____	Tôi (không) hiểu
Do you understand me? ___	Ông (m.)/bà (f.) có hiểu tôi không?
Could you repeat that,_____ please?	Xin vui lòng lập lại?
Could you speak more_____ slowly, please?	Xin nói chậm hơn?
What does that mean/ _____ that word mean?	Điều đó nghĩa là gì/ Chữ đó nghĩa là gì?
It's more or less the _____ same as...	Nó giông giống như...
Could you write that_____ down for me, please?	Xin viết ra giùm tôi?
Could you spell that for____ me, please?	Xin đánh vần giùm tôi?

See also 1.8 Telephone alphabet

Could you point that out ___ in this phrase book, please?	Xin ông/bà chỉ ra giùm trong quyển sách này?
Just a minute, _____ I'll look it up	Đợi một chút; tôi tìm chữ đó
I can't find the word/ _____ the sentence	Tôi không tìm thấy chữ đó/câu đó
How do you say that in...? _	Xin nói từ đó bằng tiếng...?
How do you pronounce_____ that?	Ông (m.)/bà (f.) phát âm từ đó như thế nào?

.2 Introductions

May I introduce myself? ___	Tôi xin tự giới thiệu
My name's... _____	Tôi tên là...
I'm... _____	Tôi là...
What's your name?_____	Quý danh của ông (m.)/bà (f.) là gì?, Ông (m.)/bà (f.) tên gì?
May I introduce...? _____	Tôi xin được giới thiệu...
This is my wife/husband ___	Đây là vợ tôi/chồng tôi
This is my daughter/son ___	Đây là con gái tôi/con trai tôi
This is my mother/father___	Đây là mẹ tôi/cha tôi
This is my fiancée/fiancé___	Đây là hôn phu của tôi/hôn thê của tôi
This is my friend _____	Đây là bạn tôi
How do you do _____	Chào ông (m.)/bà (f.)
Hi, pleased to meet you ___	Hân hạnh gặp ông (m.)/bà (f.)
Pleased to meet you_____ (formal)	Rất hân hạnh được gặp ông (m.)/bà (f.)
Where are you from? _____	Ông (m.)/bà (f.) người nước nào?
I'm American _____	Tôi người Mỹ
What city do you live in? __	Ông (m.)/bà (f.) sống ở thành phố nào?
In...near..._____	Ở...gần...
Have you been here long? _	Ông (m.)/bà (f.) ở đây lâu chưa?
A few days _____	Vài ngày
How long are you _____ staying here?	Ông (m.)/bà (f.) sẽ ở lại đây bao lâu?
We're (probably) leaving___ tomorrow/in two weeks	(Có lẽ) ngày mai chúng tôi sẽ đi/ (Có lẽ) hai tuần nữa chúng tôi sẽ đi.
Where are you staying? ___	Ông (m.)/bà (f.) sẽ ở tại đâu?
I'm staying in a hotel/ _____ an apartment	Tôi sẽ ở tại khách sạn/tại căn hộ
At a campsite _____	Tại khu cắm trại
I'm staying with friends/ ___ relatives	Tôi ở với bạn bè/bà con

Conversation

3

Are you here on your own? Are you here with your family?	Ông (m.)/bà (f.) ở đây một mình? Ông (m.)/bà (f.) ở đây với gia đình?
I'm on my own	Tôi ở một mình
I'm with my partner/wife/husband	Tôi ở với bạn tôi/vợ tôi/chồng tôi
– with my family	– với gia đình tôi
– with relatives	– với bà con
– with a friend/friends	– với một người bạn/với bạn bè
Are you married?	Anh (m.)/cô (f.) có gia đình chưa?
Are you engaged?/ Do you have a steady boy/girlfriend?	Anh (m.)/cô (f.) đính hôn chưa?/ Cô/Anh có bạn gái chưa?
That's none of your business	Tôi không thể nói chuyện đó được
I'm married	Tôi có gia đình rồi
I'm single	Tôi còn độc thân
I'm not married	Tôi chưa có gia đình
I'm separated	Tôi đã ly thân
I'm divorced	Tôi đã ly dị
I'm a widow/widower	Tôi goá chồng/Tôi goá vợ
I live alone/with someone	Tôi sống một mình/sống với
Do you have any children/grandchildren?	Anh (m.)/cô (f.) có con chưa?, Ông (m.)/bà (f.) có cháu chưa?
How old are you?	Ông (m.)/bà (f.) bao nhiêu tuổi?
How old is she/he?	Cô/anh ấy bao nhiêu tuổi?
I'm...(years old)	Tôi...tuổi
She's...(years old)	Cô ấy...tuổi
What do you do for a living?	Ông (m.)/bà (f.) sống bằng nghề gì?
I work in an office	Tôi làm việc văn phòng
I'm a student	Tôi là sinh viên
I'm unemployed	Tôi đang thất nghiệp

I'm retired _____ Tôi đã về hưu

I'm on a disability _____ Tôi hưởng trợ cấp tàn tật
  pension

I'm a housewife _____ Tôi là người nội trợ

Do you like your job? _____ Ông (m.)/bà (f.) thích công việc của ông (m.)/bà
  (f.) không?

Most of the time _____ Thường là thích

Mostly I do, but I prefer ____ Thường là thích, nhưng tôi muốn đi nghỉ mát
  vacations   hơn

🔵 .3 Starting/ending a conversation

Could I ask you _____ Tôi hỏi ông (m.)/bà (f.) điều này được không?
  something?

Excuse me/Pardon me _____ Xin lỗi

Could you help me _____ Xin giúp giùm tôi?
  please?

Yes, what's the problem? __ Được, có chuyện gì vậy?

What can I do for you? ____ Ông (m.)/bà (f.) cần gì?

Sorry, I don't have time ____ Xin lỗi, bây giờ tôi không có thì giờ
  now

Do you have a light? _____ Anh có hộp quẹt không?

May I join you? _____ Cho tôi tham gia với được không?

Could you take a _____ Xin chụp hình giùm tôi/chúng tôi
  picture of me/us?

Leave me alone _____ Đừng làm phiền tôi

Get lost! _____ Đi đi!

Go away or I'll scream _____ Đi đi không thôi tôi la

🔵 .4 Congratulations and condolences

Happy birthday/ _____ Sinh nhật vui vẻ
  many happy returns/
  happy name day

Please accept my _____ Tôi xin chân thành chia buồn
  condolences

My deepest sympathy _____ Tôi xin chân thành chia buồn

3.5 **A** chat about the weather

See also 1.5 The weather

It's so hot/cold today! _____   Hôm nay trời nóng quá/lạnh quá!

Isn't it a lovely day? _____   Hôm nay trời đẹp quá phải không?

It's so windy/_____   Trời gió quá/Bão ghê quá!
  What a storm!

All that rain! _____   Mưa hoài!

It's so foggy! _____   Trời sương mù nhiều quá

Has the weather been _____   Thời tiết như thế này kéo dài lâu không?
  like this for long?

Is it always this hot/ _____   Lúc nào ở đây cũng nóng/
  cold here?   lạnh như vậy sao?

Is it always this dry/ _____   Lúc nào ở đây cũng khô/
  humid here?   ẩm thấp như vậy sao?

3.6 **H**obbies

Do you have any _____   Ông (m.)/bà (f.) có những môn giải trí nào?
  hobbies?

I like knitting/ _____   Tôi thích đan/đọc sách/nhiếp ảnh
  reading/photography

I enjoy listening to music __   Tôi thích nghe nhạc

I play the guitar/the piano _   Tôi chơi guitar/dương cầm

I like the cinema _____   Tôi thích đi coi phim

I like traveling/playing _____   Tôi thích đi du lịch/chơi thể thao/đi câu cá/
  sports/going fishing/   đi dạo
  going for a walk

3.7 **B**eing the host(ess)

See also 4 Eating out

Can I offer you a drink? ____   Ông (m.)/bà (f.) uống món gì nghe?

What would you like _____   Ông (m.)/bà (f.) thích uống gì?
  to drink?

Something non-alcoholic, __   Xin cho tôi món gì không có chất rượu
  please

Would you like a _____ Mời ông/bà hút thuốc/xì-gà?
cigarette/cigar?

I don't smoke _____ Tôi không hút thuốc

③ .8 Invitations

Are you doing anything ___ Đêm nay, ông (m.)/bà (f.) có làm gì không?
tonight?

Do you have any plans ___ Ông (m.)/bà (f.) có chương trình gì hôm nay/
for today/this afternoon/ chiều nay/đêm nay không?
tonight?

Would you like to go _____ Tôi muốn mời ông (m.)/bà (f.) đi chơi với tôi?
out with me?

Would you like to go _____ Tôi muốn mời cô (f.)/anh (m.) khiêu vũ với tôi?
dancing with me?

Would you like to have ___ Tôi muốn mời cô (f.)/anh (m.) ăn trưa với tôi?
lunch/dinner with me?

Would you like to come ___ Tôi muốn mời cô (f.)/anh (m.) đi biển với tôi?
to the beach with me?

Would you like to come ___ Tôi muốn mời cô (f.)/anh (m.) đi vào thành phố
into town with us? với chúng tôi?

Would you like to come ___ Tôi muốn mời cô (f.)/anh (m.) đến thăm vài
and see some friends người bạn với chúng tôi?
with us?

Shall we dance? _____ Chúng ta khiêu vũ nghe?

– sit at the bar? _____ – ngồi ở quầy rượu được không?

– get something to drink? __ – kiếm thứ gì uống nghe?

– go for a walk/drive? _____ – đi dạo/lái xe dạo chơi nghe?

Yes, all right _____ Được

Good idea _____ Ý kiến rất hay

No thank you _____ Không, cảm ơn

Maybe later _____ Có lẽ, đợi lát nữa

I don't feel like it _____ Tôi thấy không thích lắm

I don't have time _____ Tôi không có thì giờ

I already have a date _____ Tôi đã có hẹn

I'm not very good at_____ dancing/volleyball/ swimming	Tôi khiêu vũ không giỏi/chơi bóng chuyền không giỏi/bơi lội không giỏi

③ .9 Paying a compliment

You look great! _____	Cô (f.)/anh (m.) trông đẹp quá!
I like your car! _____	Tôi thích chiếc xe của ông (m.)/bà (f.) lắm!
You are very nice_____	Ông (m.)/bà (f.) tốt quá
What a good boy/girl! _____	Cháu giỏi quá!
You're a good dancer_____	Anh (m.)/cô (f.) khiêu vũ giỏi quá
You're a very good cook ___	Cô/bà nấu ăn ngon lắm
You're a good_____ soccer player	Anh là cầu thủ rất giỏi

③ .10 Intimate comments/questions

I like being with you_____	Tôi thích được đi với anh (m.)/em (f.), được ở gần bên anh (m.)/em (f.)
I've missed you so much __	Tôi nhớ em (f.)/anh (m.) rất nhiều
I dreamt about you_____	Tôi nằm mơ thấy em (f.)/anh (m.)
I think about you all day ___	Suốt ngày tôi cứ nghĩ đến em (f.)/anh (m.)
I've been thinking about ___ you all day	Suốt ngày tôi cứ nghĩ đến anh (m.)/em (f.)
You have such a sweet ____ smile	Em (f.)/anh (m.) có nụ cười ngọt ngào lắm
You have such beautiful ___ eyes	Em (f.)/anh (m.) có đôi mắt đẹp lắm
I love you_____	Tôi yêu em (f.)/anh (m.)
I'm fond of you _____	Tôi mến thích em (f.)/anh (m.)
I'm in love with you _____	Anh (m.) yêu em/Em (f.) yêu anh
I'm in love with you too ___	Em (f.) cũng yêu anh/Anh (m.) cũng yêu em
I don't feel as strongly_____ about you	Tôi không hợp lắm với anh (m.)/em (f.) đâu
I already have a _____ girlfriend/boyfriend	Tôi đã có bạn gái/bạn trai rồi

I'm not ready for that _____ Tôi chưa thể tính chuyện ấy được

I don't want to rush into it _ Tôi không muốn vội vã

Take your hands off me _____ Đừng để tay vào người tôi

Okay, no problem _____ Được

Will you spend the night ___ Em (f.)/anh (m.) ngủ qua đêm với tôi nghe?
with me?

I'd like to go to bed _____ Tôi thích đi ngủ với em (f.)/anh (m.)
with you

Only if we use a condom __ Với điều kiện chúng ta phải dùng "bao cao su"

We have to be careful _____ Chúng ta phải cẩn thận về bệnh AIDS
about AIDS

That's what they all say ____ Ai cũng nghĩ như vậy cả

We shouldn't take any _____ Chúng ta không nên liều lĩnh
risks

Do you have a condom? ___ Anh có "bao cao su" không?

No? Then the answer's no _ Không à? Vậy thì không thể được

3.11 Arrangements

When will I see you _____ Khi nào tôi gặp lại cô (f.)/anh (m.) được?
again?

Are you free over _____ Cuối tuần, anh (m.)/cô (f.) có rảnh không?
the weekend?

What's the plan, then? _____ Có chương trình gì không?

Where shall we meet? _____ Chúng ta sẽ gặp nhau ở đâu?

Will you pick me/us up? ___ Anh (m.)/Chị (f.) đón tôi/chúng tôi chứ?

Shall I pick you up? _____ Tôi đến đón cô (f.)/anh (m.) nghe?

I have to be home by... ____ Khoảng…tôi phải về nhà

I don't want to see you ____ Tôi không muốn gặp anh (m.)/cô (f.) nữa
anymore

3.12 Saying good-bye

Can I take you home? _____ Tôi đưa cô (f.)/anh (m.) về nhà nghe?

Can I write/call you? _____ Tôi viết thư/gọi điện thoại cho cô (f.)/anh (m.)
được không?

Will you write to me/ _____ call me?	Cô (f.)/anh (m.) viết thư/diện thoại cho tôi nghe?
Can I have your address/ __ phone number?	Cô (f.)/anh (m.) cho tôi địa chỉ/số diện thoại được không?
Thanks for everything _____	Cảm ơn những gì cô (f.)/anh (m.) đã dành cho tôi
It was a lot of fun _____	Vui thiệt
Say hello to..._____	Cho tôi gởi lời thăm...
All the best _____	Chúc anh (m.)/cô (f.) mọi điều tốt lành
Good luck _____	Chúc may mắn
When will you be back? ___	Khi nào anh (m.)/cô (f.) trở lại?
I'll be waiting for you_____	Tôi sẽ chờ anh (m.)/cô (f.)
I'd like to see you again ___	Tôi mong được gặp lại anh (m.)/cô (f.)
I hope we meet again _____ soon	Tôi hy vọng chúng ta sớm gặp lại nhau
Here's our address._____ If you're ever in the United States...	Đây là địa chỉ của chúng tôi. Nếu cô (f.)/anh (m.) có dịp sang Mỹ...
You'd be more than _____ welcome	Chúng tôi hân hạnh đón tiếp cô (f.)/anh (m.)

Eating out

Eating out

● **In Vietnam** people usually have three meals. *Bữa sáng* (breakfast) is eaten sometime between 6 and 8 am. It usually consists of Vietnamese soup and tea. *Bữa trưa* (lunch), traditionally eaten at home between 11.30 and 1.30 pm, includes steamed rice, soup, and a hot dish. Offices are often closed but shops are still open. School children generally return home at lunchtime. *Bữa tối* (dinner), at around 6 or 7 pm, is the important meal, often including fish or meat and steamed rice.

The life of an average Vietnamese family is simple in every way. An ordinary meal consists of steamed rice and three other dishes, one salted, one fried or roasted, and a vegetable soup. The soup takes the place of a beverage, since no drink is served. The salted dish is usually a local fish. Meat is served once or twice a week. The second dish is a vegetable stir-fried or cooked with fish or bits of meat. The vegetables most commonly used are bean sprouts, eggplant, squash, sweet potato, manioc, soybean, lettuce, cabbage, and corn. Pork is the favorite meat. Beef is often served, but lamb is disliked by some. Duck and chicken are served on special occasions. Fish sauce, *nước mắm*, is an inevitable accompaniment of all meals and is served in a little dish beside each plate. Since it is quite salty, it is usually the only seasoning provided; some red pepper may be crushed into it.

Most restaurants have a cover charge which includes a service charge.

4 .1 **O**n arrival

I'd like to reserve a table for seven o'clock, please	Tôi muốn giữ chỗ một bàn lúc 7 giờ
A table for two, please	Xin cho một bàn hai người
We've/We haven't reserved	Chúng tôi đã/không có giữ chỗ trước
Is the restaurant open yet?	Tiệm ăn mở cửa chưa?
What time does the restaurant open?/What time does the restaurant close?	Mấy giờ tiệm ăn mở cửa?/ Mấy giờ tiệm ăn đóng cửa?
Can we wait for a table?	Chúng tôi đợi bàn được không?
Do we have to wait long?	Chúng tôi phải chờ lâu không?

Ông (m.)/bà (f.) có giữ chỗ trước không?	Do you have a reservation?
Xin cho biết tên?	What name please?
Xin đi lối này	This way, please
Bàn này có người giữ chỗ rồi	This table is reserved
Mười lăm phút nữa chúng tôi sẽ có bàn trống	We'll have a table free in fifteen minutes
Xin vui lòng đợi?	Would you mind waiting?

Is this seat taken? _____ Chỗ này có ai ngồi không?

Could we sit here/there? ___ Chúng tôi ngồi đây/đằng kia được không?

Can we sit by the _____ Chúng tôi ngồi bên cửa sổ được không?
window?

Are there any tables_____ Có bàn bên ngoài không?
outside?

Do you have another _____ Cho chúng tôi thêm một cái ghế được không?
chair for us?

Do you have a highchair? __ Có ghế cao cho em nhỏ ngồi không?

Is there a socket for this ___ Có chỗ cắm điện bình giữ nóng này không?
bottle-warmer?

Could you warm up this ___ Xin hâm nóng chai này/hũ này giùm tôi?
bottle/jar for me?

Not too hot, please_____ Xin đừng làm nóng quá

Is there somewhere I can __ Có chỗ nào cho tôi thay tã em bé không?
change the baby's diaper?

Where are the restrooms? _ Phòng vệ sinh ở đâu?

4 .2 Ordering

Waiter/Waitress! _____ Anh ơi!/Cô ơi!

Madam! _____ Thưa bà!

Sir! _____ Thưa ông!

We'd like something to ____ Cho chúng tôi món gì ăn/uống đi
eat/drink

Could I have a quick_____ Cho tôi ăn món gì nhanh nhanh?
meal?

We don't have much time__ Chúng tôi không có nhiều thì giờ

We'd like to have a drink___ Chúng tôi muốn có cái gì uống trước
first

Could we see the menu/ ___ Xin cho chúng tôi xem thực đơn/
wine list, please? bản ghi các món rượu

Do you have a menu in ____ Tiệm ăn có thực đơn bằng tiếng Anh không?
English?

Do you have a dish of _____ Tiệm ăn có món ăn đặc biệt trong ngày/
the day/a tourist menu? thực đơn dành cho du khách không?

We haven't made a _____ choice yet — Chúng tôi chưa chọn xong

What do you _____ recommend? — Anh (m.)/cô (f.) đề nghị món gì?

What are the local/ _____ your specialties? — Vùng này/Nhà hàng có món gì đặc biệt?

I don't like meat/fish _____ — Tôi không thích thịt/cá

What's this? _____ — Món này là món gì?

Does it have...in it? _____ — Trong món này, có...không?

Is it stuffed with...? _____ — Có phải nó được nhồi với...không?

What does it taste like? _____ — Cái vị của nó như thế nào?

Is this a hot or cold dish? _____ — Món này là món nóng hay món lạnh?

Is this sweet/hot/spicy? _____ — Món này có ngọt/cay/nhiều gia vị không?

Do you have anything _____ else, by any chance? — Ông (m.)/bà (f.) có món gì khác nữa không?

I'm on a salt-free diet _____ — Tôi kiêng ăn muối

I can't eat pork _____ — Tôi không ăn thịt heo được

I can't have sugar _____ — Tôi không ăn đường được

I'm on a fat-free diet _____ — Tôi kiêng ăn dầu mỡ

I can't have spicy food _____ — Tôi không ăn thức ăn nhiều gia vị được

We'll have what those _____ people are having — Chúng tôi muốn ăn những món những người kia đang ăn

I'd like... _____ — Cho tôi...

Ông/bà thích ăn gì? _____ — What would you like?

Ông/bà đã chọn xong chưa? _____ — Have you decided?

Ông/bà muốn uống món gì trước không? _____ — Would you like a drink first?

Ông/bà thích uống gì? _____ — What would you like to drink?

Chúng tôi hết...rồi _____ — We've run out of...

Chúc ông/bà ăn ngon _____ — Enjoy your meal/ Bon appetit

Mọi thứ đều tốt cả chứ? _____ — Is everything all right?

Cho phép tôi dọn bàn? _____ — May I clear the table?

Could I have some _____ Xin cho tôi thêm bánh mì?
more bread, please?

Could I have another _____ Cho tôi thêm một chai nước/rượu?
bottle of water/wine,
please?

Could I have another _____ Cho tôi thêm một phần...nữa?
portion of..., please?

Could I have the salt _____ Cho tôi muối và tiêu?
and pepper, please?

Could I have a napkin, _____ Cho tôi một khăn ăn?
please?

Could I have a _____ Cho tôi một cái muỗng cà phê?
teaspoon, please?

Could I have an ashtray, ___ Cho tôi cái gạt tàn?
please?

Could I have some _____ Cho tôi diêm quẹt?
matches, please?

Could I have some _____ Cho tôi tăm xỉa răng?
toothpicks, please?

Could I have a glass of ____ Cho tôi một ly nước?
water, please?

Could I have a straw, _____ Cho tôi một cái ống hút?
please?

Enjoy your meal/_____ Chúc ông (m.)/bà (f.) ăn ngon!
Bon appetit!

You too! _____ Bà (f.)/ông (m.) cũng vậy!

Cheers!_____ Xin mời!

The next round's on me ___ Đợt tới để tôi tính tiền

Could we have a doggy ___ Cho tôi đem thức ăn dư này về?
bag, please?

4.3 The bill

See also 8.2 Settling the bill

How much is this dish? ____ Món này bao nhiêu tiền?

Could I have the bill, _____ Làm ơn tính tiền cho tôi?
please?

All together _____ Tính chung

Everyone pays separately/ _ Mọi người trả tiền riêng
  let's go Dutch

Could we have the _____ Cho tôi mượn lại thực đơn?
  menu again, please?

The...is not on the bill ____ Món...không thấy ghi trong giấy tính tiền

4.4 Complaints

It's taking a very long time _ Lâu quá

We've been here an _____ Chúng tôi ở đây một giờ rồi
  hour already

This must be a mistake ____ Đây là chuyện lầm lẫn

This is not what I ordered__ Món này không phải món tôi gọi

I ordered..._____ Tôi đã gọi...

There's a dish missing_____ Thiếu một món

This is broken/not clean ___ Cái này bị bể/không được sạch

The food's cold _____ Thức ăn nguội quá

The food's not fresh _____ Thức ăn không tươi

The food's too salty/_____ Thức ăn quá mặn/ngọt/nhiều gia vị
  sweet/spicy

The meat's too rare _____ Thịt quá sống

The meat's overdone _____ Thịt nấu quá chín

The meat's tough _____ Thịt quá dai

The meat is off/ _____ Thịt này hư rồi
  has gone bad

Could I have something ___ Thay vì món này, cho tôi món khác?
  else instead of this?

The bill/this amount is_____ Hoá đơn /món tiền này không đúng
  not right

We didn't have this_____ Chúng tôi đâu có ăn món này

There's no toilet paper_____ Phòng vệ sinh hết giấy vệ sinh rồi
  in the restroom

Will you call the_____ Xin gọi quản lý giùm?
  manager, please?

.5 Paying a compliment

That was a wonderful _____ Bữa ăn ngon quá
 meal

The food was excellent ____ Thức ăn ngon quá

The...in particular was _____ Đặc biệt món...rất ngon
 delicious

 .6 The menu

bánh mì	món khai vị	rượu mùi
bread	**starter/**	**liqueur (after dinner)**
bánh ngọt/	**hors d'oeuvres**	thịt
thức ăntráng miệng	món đầu tiên	**meat**
cakes/desserts	**first course**	thịt rừng
cá	món đặc biệt	**game**
fish	**specialties**	tiền phục vụ (tính
gà	món phụ	chung)
chicken	**side dishes**	**service charge**
kem	phó mát/phô mai	**(included)**
ice cream	**cheese**	trái cây
món ăn chơi	rau	**fruit**
snacks	**vegetables**	xúp
món chính	rau trộn/gỏi	**soup**
main course	**salad**	

 .7 Alphabetical list of drinks and dishes

Drinks _____ Thức uống
alcohol _____ rượu
beer_____ bia
black coffee_____ cà phê đen
champagne_____ rượu sâm banh
coconut milk_____ nước dừa
cocktail_____ cốc-tai
coffee _____ cà phê
condensed milk _____ sữa đặc
gin _____ rượu trắng
ice _____ nước đá
lemonade _____ nước chanh
mineral water_____ nước suối
orange juice _____ nước cam
soft drink _____ nước ngọt
tea _____ trà
white coffee _____ cà phê sữa

Dishes_____ Món ăn
abalone _____ bào ngư
beef_____ thịt bò

bean sauce	tương hột
bread	bánh mì
butter	bơ
cheese	phó mát, phô mai
chili	ớt
chili sauce	tương ớt
chicken	thịt gà
crab	cua
duck	thịt vịt
(to) debone	rút xương
debone chicken	gà rút xương
debone duck	vịt rút xương
eel	lươn
egg	trứng
fish	cá
fish sauce	nước mắm
fried fish	cá chiên
frog	ếch
garlic	tỏi
ginger	gừng
goose	ngỗng
grilled fish	cá nướng
lobster	tôm hùm
meat	thịt
MSG	bột ngọt/mì chính
noodle	bún, mì, bánh phở
noodle soup (Vietnamese style)	phở
onion	hành
oyster	sò
pepper	tiêu
pigeon	bồ câu
pork	thịt heo
quail	chim cút
rice (uncooked)	gạo
rice (cooked)	cơm
roast chicken	gà quay
roast pigeon	bồ câu quay
roast pork	heo quay
salt	muối
shrimp	tôm
soup	xúp, cháo
soy sauce	nước tương
squid	mực
steamed fish	cá hấp
steamed rice	cơm
sugar	đường
turkey	gà tây
vegetables	rau
vegetable soup	canh
wheat	lúa mì
wheat flour	bột mì
yogurt	sữa chua, da-ua (yaourt)

On the road

5 On the road

5 .1 Asking for directions

Excuse me, could I ask you something? ____ Xin lỗi, cho tôi hỏi thăm?

I've lost my way _____ Tôi bị lạc đường

Is there a...around here? ___ Ở gần đây, có...không?

Is this the way to...? _____ Có phải đường này đi...không?

Could you tell me how to get to...? ____ Xin chỉ giùm tôi cách đi...?

What's the quickest way to...? ___ Đường nào nhanh nhất đi...?

How many kilometers is it to...? _____ Từ đây đi...bao nhiêu cây số?

Could you point it out on the map? _____ Xin chỉ giùm trên bản đồ này

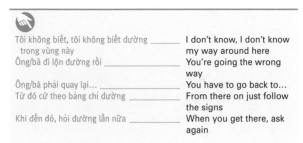

Tôi không biết, tôi không biết đường trong vùng này _____	I don't know, I don't know my way around here
Ông/bà đi lộn đường rồi _____	You're going the wrong way
Ông/bà phải quay lại... _____	You have to go back to...
Từ đó cứ theo bảng chỉ đường _____	From there on just follow the signs
Khi đến đó, hỏi đường lần nữa _____	When you get there, ask again

bảng chỉ về...	đi theo	ngã tư/giao lộ
the signs pointing to...	Follow	the intersection/ crossroads
Băng ngang	đường/phố	ở góc đường
Cross	the road/street	at the corner
bảng nhường đường	đường hầm	Quẹo/rẽ phải
the 'yield' sign	the tunnel	Turn right
cầu	đường vòng	Quẹo/rẽ trái
the bridge	the overpass	Turn left
đèn đường	lối băng qua đường	sông
the traffic light	the grade crossing	the river
Đi thẳng về phía trước	mũi tên	toà nhà
Go straight ahead	the arrow	the building

bãi đậu xe tính tiền/
chỗ đậu xe dành riêng
cho...
**paying car park/
parking reserved
for**
bật đèn pha lên
(trong đường hầm)
**turn on headlights
(in the tunnel)**
bùng binh/lối đi dành
cho người đi bộ
**traffic island/
pedestrian walk**
cấm người xin quá
giang
no hitchhiking
cấm vào
no entry
cấm vào/
cấm người đi bộ
**no access/no
pedestrian access**
cấm vượt qua/cấm đậu
xe
**no passing/no
parking**
chạy chậm lại
slow down
chiều cao tối đa...
**maximum
headroom...**
chỗ đường xe lửa băng
qua
grade crossing
coi chừng
beware
coi chừng, đá rơi
beware, falling rocks

đậu xe có thời hạn
**parking for a limited
period**
đi bên phải/trái
keep right/left
đổi tuyến đường
change lanes
cấm choán đường
do not obstruct
đường bị chặn
road blocked
đường bị bít
road closed
đường đang sửa chữa
road works
đường gồ ghề
**broken/uneven
surface**
đường hầm
tunnel
đường hẹp
**narrowing in the
road**
đường một chiều
one way
đường ngoằn ngoèo
curves
giao lộ/ngã tư
**intersection/
crossroads**
giúp đỡ bên đường
(giúp các xe bị hư)
**road assistance
(breakdown
service)**
không được quẹo phải/
trái
no right/left turn

khu vực cần có đĩa
thắng
disk zone
khu vực xe bị kéo đi
(cả hai bên đường)
**tow-away area (both
sides of the road)**
khúc quẹo cấm vào
impassable shoulder
lệ phí cầu đường
toll payment
lối đi khẩn cấp
emergency lane
lối ra
exit
lối xe ra vào
driveway
mưa khoảng... cây số
rain for...kms
ngừng
stop
nhà xe có người trông
coi/chỗ đậu xe
**supervised garage/
parking lot**
nguy hiểm
danger(ous)
phải có đĩa thắng
(bắt buộc)
**parking disk
(compulsory)**
quẹo vòng
detour
tốc độ tối đa
maximum speed
trạm xăng
service station
xe tải nặng
heavy trucks

5 .3 The car

See the diagram on page 51

● **Speed limits** are generally 40 km/h for cars, but 60 km/h on all main,
non-urban highways. Drivers regularly use the horn to warn other
vehicles or motorcycles on roads. Give way to vehicles coming from
the right unless otherwise indicated.

5.4 The petrol station

● **The cost of petrol** in Vietnam is low, around VN$5,500, or 40 US cents per liter. In an effort to better control air pollution, lead petrol has been banned from traffic use.

How many kilometers _____ to the next petrol station, please? — Còn bao nhiêu cây số nữa thì có trạm xăng

I would like...liters of... _____ — Cho tôi...lít...

– super _____ – xăng super

– leaded _____ – xăng có chì

– unleaded_____ – xăng không chì

– diesel _____ – dầu gazoil

...worth of gas _____ ...đồng tiền xăng

Fill her up, please _____ Xin đổ đầy bình

Could you check...?_____ Xin kiểm tra...?

– the oil level _____ – mức dầu

– the tire pressure_____ – hơi bánh xe

Could you change the _____ oil, please? — Xin thay nhớt giùm?

Could you clean the _____ windshield, please? — Xin lau kính chắn gió giùm?

Could you wash the car, ___ please? — Xin rửa xe giùm?

5.5 Breakdown and repairs

I've broken down, could ___ you give me a hand? — Xe tôi bị hư, xin giúp giùm tôi?

I've run out of petrol _____ Tôi bị hết xăng

I've locked the keys _____ in the car — Tôi để quên chìa khoá xe trong xe

The car/motorbike/ _____ moped won't start — Xe/xe gắn máy không đề được

Could you contact the _____ breakdown service for me, please? — Xin liên lạc trạm giúp đỡ xe bị hư giùm tôi?

The parts of a car
(the diagram shows the numbered parts)

1	battery	bình điện
2	rear light	đèn đuôi xe
3	rear-view mirror	kính chiếu hậu
	backup light	đèn chiếu
4	aerial	ăng ten
	car radio	radio xe
5	gas tank	bình xăng
6	spark plugs	bu gi
	fuel pump	đồ bơm xăng
7	side mirror	kính bên hông xe
8	bumper	cái cản
	carburetor	bình xăng con
	crankcase	con đội
	cylinder	xi lanh
	ignition	chỗ khởi động/công tắc đề máy
	warning light	đèn báo hiệu
	generator	đinamô
	accelerator	chân ga
	handbrake	thắng tay
	valve	van
9	muffler	đồ giảm âm thanh
10	trunk	cốp xe
11	headlight	đèn trước của xe
	crank shaft	cần quay con đội
12	air filter	bộ phận lọc gió
	fog lamp	đèn chống sương mù
13	engine block	máy xe
	camshaft	cốt cam
	oil filter/pump	đồ lọc dầu/ bơm dầu
	dipstick	cây thăm độ dầu
	pedal	bàn đạp
14	door	cửa
15	radiator	két nước giải nhiệt
16	brake disc	đĩa thắng
	spare wheel	bánh xe dự phòng/xơ cua
17	indicator	đồng hồ báo hiệu
18	windshield wiper	cần gạt nước
19	shock absorbers	giàn nhún
	sunroof	mái thông sáng
	spoiler	đuôi xe
20	steering column	thước
	steering wheel	tay lái
21	exhaust pipe	ống bô/ống xả khói
22	seat belt	dây đai an toàn
	fan	quạt
23	distributor cables	cáp bu gi
24	gear shift	cần sang số
25	windshield	kính chắn gió
	water pump	bơm nước
26	wheel	bánh xe

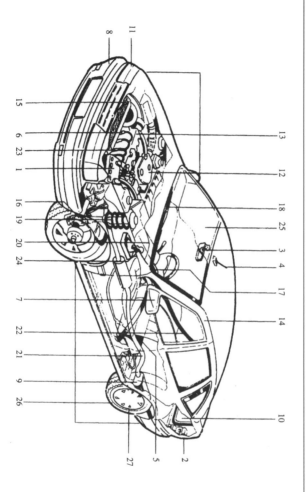

27 hubcap	nắp đậy/chụp mâm bánh xe
piston	pít tông

Could you call a garage for me, please? ___	Xin gọi một tiệm sửa xe giùm tôi?
Could you give me _____ a lift to...	Xin cho tôi quá giang đến...
– to the nearest garage? ___	– tiệm sửa xe gần nhất?
– to the nearest town? _____	– thị trấn gần nhất?
– to the nearest _____ telephone booth?	trạm điện thoại gần nhất?
– to the nearest _____ emergency phone?	trạm điện thoại khẩn cấp gần nhất?
Can we take my moped? __	Chúng ta dùng xe gắn máy của tôi được không?
Could you tow me to _____ a garage?	Xin kéo dùm xe tôi đến tiệm sửa xe?
There's probably _____ something wrong with... (See pages)	Có lẽ...có gì trục trặc
Can you fix it? _____	Ông sửa được không?
Could you fix my tire? _____	Ông sửa vỏ xe giùm tôi?
Could you change this_____ wheel?	Xin thay bánh xe này?
Can you fix it so it'll _____ get me to...?	Ông có thể sửa nó để tôi có thể lái nó đến...không?
Which garage can _____ help me?	Tiệm sửa xe nào giúp tôi được?
When will my car/_____ bicycle be ready?	Khi nào xe của tôi/xe đạp của tôi sửa xong?
Have you already _____ finished?	Anh đã làm xong chưa?
Can I wait for it here?_____	Tôi ở đây đợi lấy xe được không?
How much will it cost? ____	Bao nhiêu tiền?
Could you itemize the bill?_	Xin ghi rõ từng món trong hoá đơn?
Could you give me a _____ receipt for insurance purposes?	Xin cho tôi giấy biên nhận để khai bảo hiểm?

5 .6 The motorcycle/bicycle

See the diagram on page 55

● **Bicycles can be hired** in most Vietnamese towns. However, bicycle paths are rare in Vietnam.

Tôi không có đồ phụ tùng cho xe/ _____ xe đạp của ông/bà	I don't have parts for your car/bicycle
Tôi phải mua phụ tùng từ nơi khác _____	I have to get the parts from somewhere else
Tôi đã đặt mua đồ phụ tùng _____	I have to order the parts
Phải mất nửa ngày _____	That'll take half a day
Phải mất một ngày _____	That'll take a day
Phải mất vài ngày _____	That'll take a few days
Phải mất một tuần _____	That'll take a week
Xe của ông hư luôn rồi _____	Your car is a write-off
Nó không thể sửa được nữa _____	It can't be repaired
Xe hơi/xe gắn máy/xe đạp sẽ sẵn sàng _____ lúc...giờ	The car/motorcycle/ moped/bicycle will be ready at...o'clock

5 .7 Renting a vehicle

I'd like to rent a... _____ Tôi muốn thuê một...

Do I need a (special) _____ Tôi có cần bằng lái (đặc biệt) gì không?
license for that?

I'd like to rent the...for... ___ Tôi muốn thuê...trong...

the...for a day _____ ...trong một ngày

the...for two days _____ ...hai ngày

How much is that per _____ Tiền thuê bao nhiêu một ngày/tuần?
day/week?

How much is the _____ Tiền đặt cọc bao nhiêu?
deposit?

Could I have a receipt _____ Cho tôi giấy biên nhận đóng tiền cọc?
for the deposit?

How much is the _____ Mỗi cây số tính bao nhiêu tiền?
surcharge per kilometer?

Does that include gas? ___ Giá đó có tính luôn tiền xăng không?

Does that include _____ Giá đó có tính luôn bảo hiểm không?
insurance?

The parts of a motorcycle/bicycle
(the diagram shows the numbered parts)

1	rear light	dèn duôi
2	rear wheel	bánh sau
3	(luggage) carrier	ba ga
4	fork	cổ xe/cần phuốc
5	bell	chuông
	inner tube	ruột bánh xe
	tire	vỏ xe
6	peddle crank	giò đạp
7	gear change	bộ sang số
	wire	dây cáp
	generator	bình điện
	frame	sườn xe
8	wheel guard	bứng bảo hiểm
9	chain	dây xích
	chain guard	chắn xích
	odometer	đồng hồ tốc độ
	child's seat	chỗ ngồi trẻ em
10	headlight	dèn trước
	bulb	bóng đèn
11	pedal	bàn đạp
12	pump	ống bơm
13	reflector	kính phản quang
14	brake shoe	càng thắng
15	brake cable	dây thắng
16	anti-theft device	khoá xe
17	carrier straps	dây cột đồ
	tachometer	máy đo tốc độ
18	spoke	căm xe
19	mudguard	chắn bùn/vè
20	handlebar	tay lái
21	chain wheel	dĩa xích
	toe clip	gác chân
22	axle	trục
	drum brake	thắng mâm
23	rim	niềng xe/vành xe
24	valve	van
25	gear cable	dây sang số
26	fork	càng xe/phuộc trước
27	front wheel	bánh trước
28	seat	yên xe

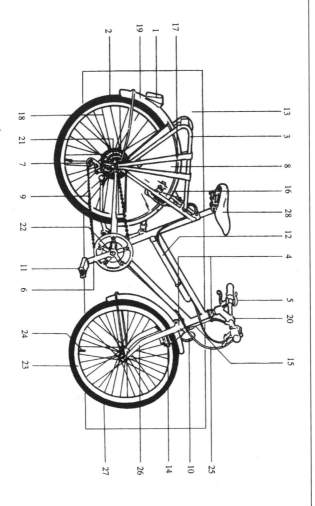

What time can I pick the...up?	Mấy giờ tôi có thể lấy...được?
When does the...have to be back?	Khi nào...phải trả về?
Where's the gas tank?	Bình xăng ở đâu?
What sort of fuel does it take?	Xe này dùng nhiên liệu gì?

5 .8 Hitchhiking

Where are you heading?	Ông (m.)/bà (f.) đi về đâu?
Can you give me a lift?	Cho tôi quá giang được không?
Can my friend come too?	Cho bạn tôi đi cùng được không?
I'd like to go to...	Tôi muốn đi...
Is that on the way to...?	Có phải xe trên đường đi...không?
Could you drop me off...?	Xin cho tôi xuống tại...?
Could you drop me off here?	Xin cho tôi xuống đây
– at the entrance to the highway	– ở chỗ vào xa lộ
– in the center	– ở giữa
– at the next intersection	– ở giao lộ sắp tới
Could you stop here, please?	Xin ngừng ở đây?
I'd like to get out here	Tôi muốn xuống ở đây
Thanks for the lift	Cảm ơn đã cho tôi quá giang

6

Public transportation

Public transportation

6.1 In general

● **Bus tickets** are purchased as you get on the bus.

Xe lửa (...giờ) đi...bị trễ...(khoảng)...phút____	The [time] train to...has been delayed by (about)...minutes
Xe lửa đi...đang đến trạm... _____	The train to...is now arriving at platform...
Xe lửa đến từ...đang đến trạm... _____	The train from...is now arriving at platform...
Xe lửa đi...sẽ khởi hành từ trạm... _____	The train to...will leave from platform...
Hôm nay xe lửa (...giờ) đi...sẽ rời trạm... ___	Today the [time] train to...will leave from platform...
Ga kế tiếp là... _____	The next station is...

Where does this train_____ go to?	Xe lửa này đi dâu?
Does this boat go to...? _____	Tàu này có đi...không?
Can I take this bus to...? ___	Xe buýt này có đi...không?
Does this train stop at...? __	Xe lửa này có ngừng ở...không?
Is this seat _____ taken/free/reserved?	Chỗ này có ai ngồi không/trống không/ dành riêng cho ai không?
I've reserved... _____	Tôi đã giữ chỗ...
Could you tell me where___ I have to get off for...?	Xin chỉ giùm, muốn đi...thì tôi xuống ở đâu?
Could you let me know _____ when we get to...?	Xin cho tôi biết khi nào thì chúng ta đến...?
Could you stop at _____ the next stop, please?	Xin ngừng ở trạm kế tiếp?
Where are we?_____	Chúng ta đang ở đâu?
Do I have to get off here? __	Tôi có phải xuống ở đây không?
Have we already _____ passed...?	Chúng ta qua...chưa?
How long have I been _____ asleep?	Tôi ngủ bao lâu rồi vậy?

How long does the train ___   Xe lửa ngừng ở đây bao lâu?
  stop here?

Can I come back on _____   Tôi dùng vé này trở về được không?
  the same ticket?

Can I change on_____   Tôi đổi tuyến đường bằng vé này được không?
  this ticket?

How long is this ticket ____   Vé này có giá trị bao lâu?
  valid for?

How much is the extra ___   Vé đi xe lửa tốc hành phải trả thêm bao nhiêu
  fare for the hi-speed train?   tiền?

6 .2 Immigration/customs

● **By law** you must always carry with you an identification document and, if driving, your driving license. If visitors plan to stay at any place, they have to report to the police station.

Import and export specifications:

Foreign currency	limited at US$3,000
Alcohol	1 liter spirits or liquor, 2 liters wine or fortified wine
Tobacco	200 cigarettes, 50 cigars, 250g tobacco

Xin trình hộ chiếu _____	Your passport, please
Thẻ xanh đâu?_____	Your green card, please
Giấy tờ xe _____	Your vehicle documents, please
Chiếu khán _____	Your visa, please
Ông/bà đi đâu? _____	Where are you going?
Ông/bà tính ở lại đây bao lâu? _____	How long are you planning to stay?
Ông/bà có thứ gì cần khai báo không?_____	Do you have anything to declare?
Xin mở cái này ra _____	Open this, please

My children are entered ___   Các con của tôi có tên trong hộ chiếu này
on this passport

I'm traveling through... ____   Tôi đi du lịch qua...

I'm going on vacation to... _   Tôi đi nghỉ mát ở...

I'm on a business trip ____   Tôi đi công tác

I don't know how long____   Tôi không biết tôi sẽ ở lại bao lâu
I'll be staying

I'll be staying here for ____   Tôi sẽ ở lại đây cuối tuần
a weekend

I'll be staying here for _____   Tôi sẽ ở lại đây vài ngày
   a few days

I'll be staying here a week _   Tôi sẽ ở lại đây một tuần

I'll be staying here for _____   Tôi sẽ ở lại đây hai tuần
   two weeks

I've got nothing to declare _   Tôi không có gì khai báo

I have..._____   Tôi có...

– a carton of cigarettes _____   – một cây thuốc lá

– a bottle of... _____   – một chai...

– some souvenirs _____   – một vài món quà lưu niệm

These are personal items _   Những món này là vật dụng cá nhân

These are not new _____   Những thứ này không mới

Here's the receipt _____   đây là biên nhận

This is for private use _____   Món này là đồ dùng cá nhân

How much import duty _____   Tôi phải trả thuế nhập cảng bao nhiêu?
   do I have to pay?

May I go now? _____   Bây giờ tôi đi được chưa?

6 .3 Luggage

Porter! _____   Anh ơi!

Could you take this_____   Anh đưa hành lý này đến...giùm
   luggage to...?

How much do I owe you?__   Tôi phải trả anh bao nhiêu?

Where can I find a cart? ___   Tôi tìm xe đẩy ở đâu?

Could you store this_____   Xin cất hành lý này vào kho giùm tôi?
   luggage for me?

Where are the luggage _____   Tủ khóa đựng hành lý ở đâu?
   lockers?

I can't get the locker open _   Tôi không mở tủ hành lý được

How much is it per item ___   Mỗi món gửi mỗi ngày bao nhiêu tiền?
   per day?

This is not my bag/_____   Đây không phải là túi xách/va li của tôi
   suitcase

There's one item/bag/ _____ Có một món đồ/túi xách/va li bị mất
  suitcase missing

My suitcase is damaged ___ Va li của tôi bị làm hư

.4 Questions to passengers

Ticket types

Vé hạng nhất hay hạng nhì? _____	First or second class?
Vé một chuyến hay khứ hồi? _____	Single or return?
Chỗ hút thuốc hay không hút thuốc? _____	Smoking or non-smoking?
Chỗ ngồi bên cửa sổ?_____	Window seat?
Toa trước hay sau?_____	Front or back (of train)?
Ghế ngồi hay ghế nằm? _____	Seat or berth?
Trên, giữa, hay dưới?_____	Top, middle or bottom?
Vé thường hay hạng nhất? _____	Economy or first class?
Phòng riêng hay chỗ ngồi? _____	Cabin or seat?
Chiếc hay đôi?_____	Single or double?
Bao nhiêu người cùng đi? _____	How many are traveling?

Destination

Anh/cô đi về đâu? _____	Where are you traveling?
Khi nào anh/cô đi? _____	When are you leaving?
...của anh rời bến lúc... _____	Your...leaves at...
Anh/cô phải đổi _____	You have to change
Anh/cô phải xuống xe tại... _____	You have to get off at...
Anh/cô phải đi qua... _____	You have to go via...
Chuyến đi khởi hành lúc này... _____	The outward journey is on...
Chuyến khứ hồi khởi hành lúc này..._____	The return journey is on...
Anh/cô phải lên xe lúc...giờ _____	You have to be on board by...(o'clock)

Inside the vehicle

Xin cho soát vé! _____	Tickets, please
Xin cho xem giấy giữ chỗ _____	Your reservation, please
Xin cho xem hộ chiếu_____	Your passport, please
Anh/cô ngồi lộn chỗ rồi _____	You're in the wrong seat
Anh/cô lộn rồi/ _____	You have made a mistake/
anh/cô lầm rồi...	You are in the wrong...
Chỗ này đã có người đặt trước rồi_____	This seat is reserved
Anh/cô phải trả thêm tiền _____	You'll have to pay extra
...bị trễ...phút _____	The...has been delayed by...minutes

Public transportation 6

Where can I...? _____	Tôi có thể...ở đâu?
– buy a ticket? _____	– mua vé?
– reserve a seat? _____	– giữ chỗ?
– reserve a flight? _____	– giữ chỗ máy bay?
Could I have...for... _____ please?	Cho tôi...đi...
A single to... _____	Một vé đi...
A return ticket, please _____	Một vé khứ hồi
first class _____	hạng nhất
second class _____	hạng nhì
economy class _____	vé thường
I'd like to reserve a _____ seat/berth/cabin	Tôi muốn giữ trước một ghế/ghế nằm/ phòng riêng
I'd like to reserve a _____ top/middle/bottom berth in the sleeping car	Tôi muốn giữ ghế nằm ở trên/giữa/ dưới trong toa giường nằm
smoking/non-smoking _____	hút thuốc/không hút thuốc
by the window _____	bên cửa sổ
single/double _____	chiếc/đôi
at the front/back _____	ở đằng trước/ ở đằng sau
There are...of us _____	Chúng tôi có...người
We have a car _____	Chúng tôi có xe hơi
We have a trailer _____	Chúng tôi có xe kéo
We have bicycles_____	Chúng tôi có xe đạp
Do you have a..._____	Anh (m.)/chị (f.) có...
– travel card for 10 trips? __	– vé đi 10 chuyến không?
– weekly travel card? _____	– vé đi hằng tuần không?
– monthly season ticket?___	– vé đi hằng tháng không?
Where's...? _____	...ở đâu?

Where's the information ___ Quầy hướng dẫn ở đâu?
desk?

 .6 Information

Where can I find a_____ Tôi có thể tìm lịch đi/về ở đâu?
schedule?

Where's the...desk?_____ Quầy...ở đâu?

Do you have a city map ___ Anh (m.)/chị (f.) có bản đồ thành phố với lộ
with the bus/the subway   trình xe buýt/xe điện ngầm không?
routes on it?

Do you have a schedule? __ Anh (m.)/chị (f.) có bản lịch đi/về không?

Will I get my money back?_ Tôi lấy tiền lại được không?

I'd like to confirm/_____ Tôi muốn xác nhận/hủy bỏ/thay đổi việc giữ
cancel/change my   chỗ/chuyến đi...
reservation for/trip to...

I'd like to go to... _____ Tôi muốn đi...

What is the quickest way __ Đi đến đó cách nào nhanh nhất?
to get there?

How much is a single/ _____ Vé một lượt/vé khứ hồi đi...bao nhiêu tiền?
return to...?

Do I have to pay extra? ____ Tôi có phải trả thêm tiền không?

Can I break my journey ____ Tôi có thể dùng vé này đổi hành trình được
with this ticket?   không?

How much luggage _____ Tôi được phép đem theo bao nhiêu hành lý?
am I allowed?

Is this a direct train?_____ Xe lửa này chạy suốt phải không?

Do I have to change? _____ Tôi có phải đổi xe (lửa) không?

Where?_____ Ở đâu?

Does the plane stop _____ Máy bay này có ghé nhiều nơi không?
anywhere?

Will there be any_____ Máy bay có ghé nơi nào không?
stopovers?

Does the boat stop at_____ Có phải tàu này ghé nhiều bến trên đường đi
any other ports on the   không?
way?

Does the train/ _____ Xe lửa/xe buýt này có ngừng ở...không?
bus stop at...?

Public transportation

Where do I get off?		Tôi xuống xe/xe lửa ở đâu?
Is there a connection to...?		Xe lửa này có đổi để đi...không?
How long do I have to wait?		Tôi phải chờ bao lâu?
When does...leave?		Khi nào...rời bến?
What time does the first/next/last...leave?		Mấy giờ chuyến...đầu tiên/ kế tiếp, cuối cùng rời bến?
How long does it take?		Mất bao lâu?
What time does...arrive in...?		Mấy giờ...đến...?
Where does the...to... leave from?		...đi...rời bến ở đâu?
Is this the train/bus to...?		đây có phải là xe lửa/xe buýt đi...không?

6.7 Airplanes

● **On arrival** at a Vietnamese airport, you will find the following signs:

quầy thủ tục **check-in**	các chuyến bay quốc nội **domestic flights**	ga đi **arrivals**
quốc tế **international**		ga đến **departures**

6.8 Trains

● **Traveling by train** in Vietnam is both simple and cheap. There are several types of trains: the regional stops at all stations and is slow; the express stops at major stations only. The United Train (Tàu Thống Nhất) is an express service between Hanoi, Hue, Nha Trang and Ho Chi Minh City. Tickets must be checked at the entrance to platforms.

6.9 Taxis

● **There are plenty of taxis** in Vietnamese cities, and they are quite cheap. They can be found at taxi stands, especially at train and bus stations, or you can phone the radio-taxi numbers from a stand or any telephone. Rates are shown on the meter.

trống **for hire**	đã có người **occupied**	bến tắc xi **taxi stand**

Taxi! _____	Tắc xi!
Could you get me a taxi, ___ please?	Xin gọi tắc xi giùm tôi
Where can I find a taxi_____ around here?	Ở dây tôi có thể kiếm tắc xi ở dâu?
Could you take me to..., ___ please?	Xin dưa tôi đến…
Could you take me to_____ this address, please	Xin dưa tôi đến địa chỉ này
– to the...hotel _____	– đến khách sạn…
– to the town/city center ___	– đến trung tâm thành phố
– to the station _____	– đến ga xe lửa
– to the airport _____	– đến phi trường/sân bay
How much is the trip to...? _	Vé đi…bao nhiêu tiền?
How far is it to...? _____	Từ dây đi…bao xa?
Could you turn on the _____ meter, please?	Xin bật đồng hồ lên
I'm in a hurry _____	Tôi đang vội
Could you speed up/ _____ slow down a little?	Xin anh/ông lái nhanh lên/ chậm lại một chút
Could you take_____ a different route?	Xin anh/ông đi theo lối khác
I'd like to get out here,_____ please	Tôi muốn xuống xe ở dây
Go... _____	đi…
You have to go...here _____	Ở dây, ông (m.)/bà (f.) phải đi…
Go straight ahead _____	di thẳng về phía trước
Turn left _____	Quẹo/rẽ trái
Turn right_____	Quẹo/rẽ phải
This is it/We're here _____	Đến rồi
Could you wait a minute___ for me, please?	Xin dợi tôi một lát

Public transportation

7 Overnight accommodation

Overnight accommodation

.1 General

● **There is a great variety** of overnight accommodation in Vietnam and prices vary according to the season. Free camping is generally not permitted in Vietnam but other options are certainly available.

Anh/ông/bà sẽ ở lại bao lâu?	How long will you be staying?
Xin điền mẫu đơn này	Fill out this form, please
Cho tôi xem hộ chiếu của ông/bà	Could I see your passport?
Tôi cần ông/bà đặt tiền cọc	I'll need a deposit
Ông/bà phải trả tiền trước	You'll have to pay in advance

My name is... _____ Tên tôi là.../Tôi tên là...

I've made a reservation _____ Tôi có giữ chỗ trước

How much is it per _____ Bao nhiêu tiền một đêm/tuần/tháng?
night/week/month?

We'll be staying at _____ Chúng tôi sẽ ở lại ít nhất...đêm/tuần
least...nights/weeks

We don't know yet _____ Chúng tôi chưa biết

Do you allow pets _____ Ở đây có cho các con thú (chó/mèo)
(cats/dogs)? vào không?

What time does the _____ Mấy giờ mở cửa/đóng cửa?
door open/close?

Could you get me a taxi, ___ Xin gọi tắc xi giùm tôi
please?

Is there any mail for me? __ Có thư từ của tôi không?

.2 Camping/backpacking

See the diagram on page 71

Anh/cô có thể chọn khu vực cho mình	You can pick your own site
Anh/cô sẽ được chỉ định khu vực	You'll be allocated a site
Đây là số khu vực của anh/cô	This is your site number
Xin dán cái này chặt vào xe của anh/cô	Please stick this firmly to your car
Anh/cô đừng làm mất thẻ này	You must not lose this card

Where's the manager?_____	Phụ trách ở đâu?
Are we allowed to_____ camp here?	Chúng tôi có được phép cắm trại ở đây không?
There are...of us and _____ we have...tents	Chúng tôi có...người và chúng tôi có...lều
Can we pick our own _____ site?	Chúng tôi chọn khu vực được không?
Do you have a quiet _____ spot for us?	Anh (m.)/chị (f.) có khu vực yên tĩnh cho chúng tôi không?
Do you have any other ____ sites available?	Anh (m.)/chị (f.) còn khu vực nào khác không?
It's too windy/sunny/ _____ shady here	Ở đây trời gió quá/nắng quá, nhiều bóng râm quá
It's too crowded here _____	Ở đây đông quá
The ground's too_____ hard/uneven	Đất ở đây cứng quá/lồi lõm quá
Could we have _____ adjoining sites?	Cho chúng tôi hai khu vực nằm kế nhau được không?
Can we park the car _____ next to the tent?	Chúng tôi đậu xe kế bên lều được không?
How much is it per _____ person/tent/trailer/car?	Bao nhiêu tiền một người/lều/xe kéo/xe hơi?
Do you have chalets for ___ hire?	Anh (m.)/chị (f.) có nhà sàn cho mướn không?
Are there any...? _____	Có...không?
– hot showers_____	– phòng tắm nước nóng
– washing machines_____	– máy giặt
Is there a...on the site? ____	Trong khu vực có...không?
Is there a children's _____ play area on the site?	Có sân chơi trẻ em trong khu vực này không?
Are there covered _____ cooking facilities on the site?	Có tiện nghi nấu nướng có mái che trong khu vực này không?
Can I rent a safe? _____	Tôi có thể mướn tủ sắt được không?
Are we allowed to_____ barbecue here?	Chúng tôi có được phép nướng thức ăn ở đây không?

Are there any power _____   Có chỗ cắm diện không?
outlets?

Is there drinking water?____   Có nước uống được không?

When's the garbage _____   Khi nào thì người ta hốt rác?
collected?

Do you sell gas bottles ____   Anh (m.)/chị (f.) có bán bình gas không?
(butane gas/propane
gas)?

.3 Hotel/motel/guesthouse

Do you have a single/ _____   Anh (m.)/chị (f.) có phòng dơn/phòng dôi trống
double room available?   không?

per person/per room _____   mỗi người/mỗi phòng

Does that include _____   Giá dó có tính luôn diểm tâm/ăn trưa/ăn tối
breakfast/lunch/dinner?   không?

Could we have two_____   Cho chúng tôi hai phòng sát nhau được không?
adjoining rooms?

with/without toilet/ _____   có/không có phòng vệ sinh/phòng tắm
bath/shower

facing the street_____   nhìn ra dường

at the back_____   ở phía sau

with/without sea view _____   nhìn/không nhìn ra biển

Is there...in the hotel? _____   Có...trong khách sạn này không?

Is there an elevator in _____   Có thang máy trong khách sạn này không?
the hotel?

Do you have room _____   Có người dọn phòng không?
service?

Could I see the room? _____   Cho tôi xem phòng được không?

Phòng vệ sinh và phòng tắm ở cùng _____   The toilet and shower
một tầng lầu/một phòng   are on the same floor/
in the room

Xin di lối này_____   This way please
Phòng của anh/cô ở tầng..., số... _____   Your room is on the...
floor, number...

Camping/backpacking equipment
(the diagram shows the numbered parts)

	luggage space	túi hành lý
	can opener	đồ mở hộp
	butane gas	ga
	bottle	chai/ bình
1	pannier	sọt/thúng
2	gas cooker	bếp ga
3	groundsheet	tấm trải
	hammer	búa
	hammock	võng
4	gas can	bình ga
	campfire	lửa trại
5	folding chair	ghế xếp
6	insulated picnic box	hộp đựng đồ cách nhiệt
	ice pack	túi nước đá
	compass	la bàn
	corkscrew	đồ mở nút chai
7	airbed	giường bơm bằng hơi
8	airbed pump	bơm để bơm giường hơi
9	awning	tấm bạt
10	sleeping bag	túi ngủ
11	saucepan	xoong
12	handle (pan)	cán
	primus stove	bếp
	lighter	quẹt lửa
13	backpack	ba lô
14	guy rope	dây căng lều
15	storm lantern	đèn bão
	camp bed	giường cắm trại
	table	bàn
16	tent	lều
17	tent peg	cọc lều
18	tent pole	cột lều
	thermos	bình thủy/phích nước
19	water bottle	bình đựng nước
	clothes pin	kim băng
	clothes line	dây treo quần áo
	windbreak	đồ chắn gió
20	flashlight	đèn pin
	penknife	dao bỏ túi/dao díp

Overnight accommodation

7

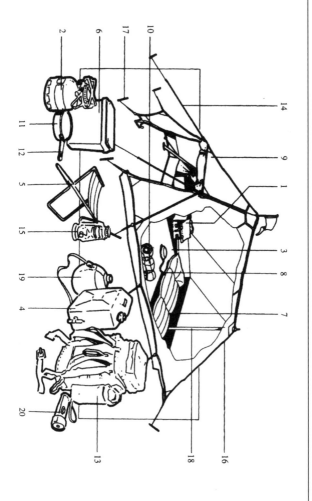

I'll take this room _____	Tôi lấy phòng này
We don't like this one _____	Chúng tôi không thích phòng này
Do you have a larger/ _____ less expensive room?	Anh (m.)/chị (f.) có phòng lớn hơn/rẻ hơn không?
Could you put in a cot? ____	Anh (m.)/chị (f.) cho đặt một cái nôi được không?
What time's breakfast? ____	Ăn sáng lúc mấy giờ?
Where's the dining _____ room?	Phòng ăn ở đâu?
Can I have breakfast in ____ my room?	Tôi có thể ăn sáng trong phòng của tôi không?
Where's the emergency____ exit/fire escape?	Lối ra khẩn cấp/lối thoát hoả hoạn ở đâu?
Where can I park my car___ safely?	Để đậu xe cho an toàn, tôi có thể đậu ở đâu?
The key to room..., _____ please	Cho chìa khoá phòng...
Could you put this in _____ the safe, please?	Xin anh (m.)/cô (f.) để cái này vào tủ sắt
Could you wake me _____ at...tomorrow?	Xin anh (m.)/cô (f.) thức tôi dậy lúc...giờ ngày mai
Could you find a _____ babysitter for me?	Xin tìm giùm tôi người giữ trẻ
Could I have an extra_____ blanket?	Cho tôi thêm cái mền được không
What days do the _____ cleaners come in?	Những ngày nào người dọn phòng vào làm việc?
When are the sheets/_____ towels/dish towels changed?	Khi nào thì thay khăn trải giường/khăn tắm/khăn ăn?
We can't sleep for the _____ noise	Chúng tôi không ngủ được vì ồn quá

7 .4 Complaints

Could you turn the radio___ down, please?	Xin vặn radio nhỏ xuống
We're out of toilet paper ___	Chúng tôi hết giấy vệ sinh rồi

There aren't any.../ _____ Không có.../không có đủ...
  there's not enough...

The bed linen's dirty_____ Khăn trải giường dơ quá

The room hasn't been _____ Phòng này chưa được lau dọn
  cleaned

The kitchen is not clean ___ Nhà bếp không sạch sẽ

The kitchen utensils _____ Đồ dùng nhà bếp dơ quá
  are dirty

The heating isn't working __ Máy sưởi bị hư

There's no (hot) water/ ____ Không có nước (nóng)/điện
  electricity

...doesn't work/is broken ___ ...bị hư

Could you have that_____ Anh (m.)/chị (f.) đã cho sửa cái đó chưa?
  seen to?

Could I have another _____ Cho tôi thêm một phòng/khu vực khác
  room/site?

The bed creaks terribly ____ Giường kêu ghê quá

The bed sags _____ Giường bị xệ

Could I have a board _____ Đặt cho tôi một tấm gỗ dưới nệm được không?
  under the mattress?

It's too noisy _____ Ồn quá

There are a lot of_____ Có nhiều sâu bọ/rệp
  insects/bugs

This place is full of _____ Nơi này nhiều muỗi quá
  mosquitos

– cockroaches_____ – gián

.5 Departure

See also 8.2 Settling the bill

I'm leaving tomorrow _____ Ngày mai tôi rời đây

Could I pay my bill, _____ Cho tôi trả tiền
  please?
What time should we_____ Mấy giờ thì tôi làm thủ tục rời đây?
  check out?

Could I have my deposit/ __ Cho tôi lấy lại tiền cọc/sổ hộ chiếu
  passport back, please?

We're in a big hurry _____ Chúng tôi đang vội lắm

Could you forward my _____ Xin gửi thư từ của tôi về địa chỉ này
mail to this address?

Could we leave our _____ Chúng tôi để hành lý ở đây cho đến khi khởi
luggage here until we   hành được không?
leave?

Thanks for your _____ Cảm ơn sự hiếu khách của các anh (m.)/
hospitality   cô (f.)/chị (f.)

Overnight accommodation

Money matters

Money matters

Money matters

● **In general**, banks are open Monday to Friday from 8:30 am to 11:30 am, and from 1:30 to 4:30 pm. Proof of identity is usually required to exchange currency at the bank.

.1 **B**anks

Where can I find a bank/ an exchange office around here?	Ở đây ngân hàng/quầy đổi tiền ở đâu?
Where can I cash this traveler's check/giro check?	Tôi có thể đổi chi phiếu du hành này ở đâu?
Can I cash this...here?	Tôi lãnh tiền mặt...này ở đây được không?
Can I withdraw money on my credit card here?	Tôi rút tiền từ thẻ tín dụng của tôi ở đây được không?
What's the minimum/ maximum amount?	Số tiền tối thiểu/tối đa là bao nhiêu?
Can I take out less than that?	Tôi rút ra ít hơn số tiền đó được không?
I had some money cabled here	Tôi có một số tiền chuyển bằng hệ thống điện tử đến đây
Has it arrived yet?	Số tiền đó đến chưa?
These are the details of my bank in the US	Đây là những chi tiết ngân hàng của tôi ở Mỹ
This is the number of my bank account	Đây là số trương mục ngân hàng của tôi
I'd like to change some money	Tôi muốn đổi một ít tiền
– pounds into...	– bảng Anh thành...
– dollars into...	– đô la thành...
What's the exchange rate?	Tỷ giá bao nhiêu?
Could you give me some small change with it?	Xin cho tôi một ít tiền lẻ trong số tiền ấy.
This is not right	Cái này không đúng

Xin ký tên ở đây ___	Sign here, please
Xin điền tấm giấy này ___	Fill this out, please
Cho tôi xem sổ hộ chiếu của anh/chị ___	Could I see your passport, please?
Cho tôi xem giấy chứng minh của anh/chị ___	Could I see your identity card, please?
Cho tôi xem thẻ sử dụng séc của anh/chị ___	Could I see your check card, please?
Cho tôi xem thẻ ngân hàng của anh/chị ___	Could I see your bank card, please?

8.2 Settling the bill

Could you put it on my ___ bill?	Xin tính vào hoá đơn tên tôi
Is the tip included? ___	Tiền hoa hồng/trả nước có tính luôn không?
Can I pay by...? ___	Tôi trả tiền bằng…được không?
Can I pay by credit card? ___	Tôi trả tiền bằng thẻ tín dụng được không?
Can I pay by traveler's ___ check?	Tôi trả tiền bằng chi phiếu du hành được không?
Can I pay with foreign ___ currency?	Tôi trả bằng tiền nước ngoài được không?
You've given me too ___ much/you haven't given me enough change	Cô (f.)/anh (m.) đã đưa cho tôi dư tiền/ cô (f.)/anh (m.) không đưa cho tôi đủ tiền thối
Could you check this ___ again, please?	Xin anh (m.)/cô (f.) kiểm lại cái này
Could I have a receipt, ___ please?	Xin cho tôi biên nhận
I don't have enough ___ money on me	Tôi không mang đủ tiền
This is for you ___	Cái này của cô (f.)/anh (m.)
Keep the change ___	Xin giữ lại chỗ tiền lẻ

| Chúng tôi không nhận trả bằng thẻ ___ tín dụng/chi phiếu du hành/tiền nước ngoài | We don't accept credit cards/traveler's checks/ foreign currency |

Mail and telephone

9

Mail and telephone

9.1 Mail

● **Major post offices** are open Monday to Saturday from 8:30 am to 11:30 am and from 1:30 pm to 4:30 pm. The cost of sending a letter depends on its weight and the cost of sending an airmail letter also depends on where it is being sent.

---

bưu phẩm, bưu kiện
parcels

điện tín
telegrams

phiếu chuyển tiền
money orders

tem
stamps

Where is... _____ ...ở đâu?

– the nearest post office? __ – bưu điện gần nhất?

– the main post office? ____ – bưu điện chính?

– the nearest mail box? ____ – hộp thư gần nhất?

Which counter should I ____ Tôi phải đến quầy nào để...?
go to...?

Which counter should I ____ Tôi phải đến quầy nào để gửi fax?
go to to send a fax?

Which counter should I ____ Tôi phải đến quầy nào để đổi tiền?
go to to change money?

Which counter should I ____ Tôi phải đến quầy nào để đổi...?
go to to change giro
checks?

Which counter should I ____ Tôi phải đến quầy nào để gửi phiếu chuyển
go to to wire a money   tiền?
order?

Which counter should I ____ Tôi phải đến quầy nào để giao nhận hàng?
go to for general delivery?

Is there any mail for me? __ Có thư cho tôi không?

My name's... _____ Tôi tên là.../ Tên tôi là...

Stamps

What's the postage for ____ tiền cước gửi...đi...là bao nhiêu?
a...to...?

Are there enough _____ Có đủ tem trên đó chưa?
stamps on it?

I'd like [5]_____ [VND 10,000] stamps	Tôi cần [5] con tem [10,000 đồng]
I'd like to send this... _____	Tôi muốn gửi cái này...
– express _____	– tốc hành
– by air mail _____	– bằng đường hàng không
– by registered mail _____	– bằng đường bảo đảm

Fax

I'd like to send a _____ fax to...	Tôi muốn gửi fax đi...
How much is that per _____ page?	Mỗi trang bao nhiêu tiền?
This is the text I want_____ to send	Đây là những điều tôi muốn gửi
Shall I fill out the form_____ myself?	Chính tôi phải điền mẫu đơn phải không?
Can I make photocopies/___ send a fax here?	Tôi photocopy/gởi fax ở đây được không?
How much is it per page? __	Bao nhiêu tiền một trang?

9 .2 **T**elephone

See also 1.8 Telephone alphabet

● **Direct international calls** can easily be made from all public telephones using a phonecard obtainable from post offices. Phone cards have a value of VN$300,000 or VN$600,000. Dial 00 to get out of Vietnam, then the relevant country code (USA 1), city code, and the number. You can only make a collect call from a post office. All the operators speak English. When phoning someone in Vietnam, you will be greeted with 'A lô.'

Is there a phone booth ____ around here?	Có trạm điện thoại nào quanh đây không?
May I use your phone,_____ please?	Xin cho phép tôi dùng điện thoại của ông (m.)/bà (f.)
Do you have a (city/ _____ region) phone directory?	Ông (m.)/bà (f.) có niên giám điện thoại (thành phố/vùng) không?
Where can I get a _____ phone card?	Tôi có thể mua thẻ điện thoại ở đâu?

Could you give me... _____ Xin cho tôi...

– the number for _____ – số điện thoại hướng dẫn niên giám quốc tế
  international directory
  assistance?

– the number of room...? __ – số điện thoại của phòng...

– the international _____ – mã số gọi ra nước ngoài
  access code?

– the...(country) code? _____ – mã số quốc gia...

– the area code for...?_____ – mã số gọi vùng...

– the number of _____ – số điện thoại của...
  [subscriber]...?

Could you check if this ____ Xin kiểm giùm xem số này có đúng không
  number's correct?

Can I dial international_____ Tôi quay thẳng số điện thoại quốc tế được
  direct?   không?

Do I have to go through ___ Tôi có phải nhờ tổng đài không?
  the switchboard?

Do I have to dial '0' first? __ Tôi có phải quay số 'không' trước không?

Do I have to reserve my ___ Tôi có phải đăng ký trước để gọi điện thoại
  calls?   không?

Could you dial this _____ Xin quay số này giùm tôi
  number for me, please?

Could you put me _____ Xin cho tôi liên lạc số.../ số máy phụ...
  through to.../extension...,
  please?

I'd like to place a collect ___ Tôi muốn gọi điện thoại người nhận trả tiền
  call to...   đi...

What's the charge per _____ Mỗi phút bao nhiêu tiền?
  minute?

Have there been any _____ Có ai điện thoại cho tôi không?
  calls for me?

The conversation

Hello, this is..._____ A lô, tôi là...

Who is this, please? _____ Ai vậy?

Is this...?_____ Có phải là...không?

I'm sorry, I've dialed the wrong number _____ Tôi xin lỗi, tôi gọi lộn số

I can't hear you _____ Tôi không nghe rõ

I'd like to speak to... _____ Cho tôi nói chuyện với...

Is there anybody who speaks English? ____ Có ai nói tiếng Anh không?

Extension..., please _____ Xin gọi số máy phụ...

Could you ask him/ her to call me back? _____ Nhờ anh (m.)/chị (f.) nói ông/ cô ấy gọi lại cho tôi

My name's... _____ Tôi tên là...

My number's... _____ Số điện thoại của tôi là...

Could you tell him/her I called? _____ Nhờ anh (m.)/chị (f.) nói với ông/cô ấy có tôi điện thoại

I'll call him/her back tomorrow _____ Ngày mai tôi sẽ gọi lại cho ông/cô ấy

Có người điện thoại cho anh/cô _____	There's a phone call for you
Ông phải quay số 'không' trước _____	You have to dial '0' first
Xin chờ một lát _____	One moment, please
Không có ai trả lời _____	There's no answer
Đường dây bận _____	The line's busy
Ông/bà có muốn chờ không? _____	Do you want to hold?
Điện thoại thông rồi _____	Connecting you
Ông/bà gọi lộn số rồi _____	You've got a wrong number
Lúc này ông ấy/cô ấy không ở đây _____	He's/she's not here right now
Ông ấy/cô ấy sẽ trở về lúc... _____	He'll/she'll be back at...
Đây là máy nhắn tin của... _____	This is the answering machine of...

Shopping

10 **S**hopping

● **Vietnam has open air markets** and small shops selling food and other goods. In the center of Saigon there are a few larger shops and department stores.

Shops are generally open every day of the week from 7 am or 8 am to 7 pm or 8 pm. Department stores and supermarkets usually open from 8:30 am to 5:30 pm during the week.

Markets open as early as three or four in the morning and remain open until evening. However, few people shop during the middle of the day. They usually prefer to shop for food every day to ensure that it is fresh; seafood and poultry are often bought live. There is some canned food, mainly imported, but almost no frozen food. Bargaining is expected and customers can examine the fruit and vegetables.

Clothing can be bought ready-made from markets or ordered from a tailor or dressmaker.

In the market where bargaining is the rule, too much politeness will put either the customer or the seller at a disadvantage. In shops, there are greater expectations of politeness but this is often shown more by general bearing than by specific utterances. It is not necessary for either the customer or the shop assistant to say thank you.

Customers are expected to examine goods carefully before they leave the store and although defective goods can be returned, this is unusual. There is no consumer protection.

Hire purchase made its debut in the 1990s with motorcycles and can now be used by residents for the purchase of some electrical appliances and vehicles. Many shops in commercial centers are now accepting Visa, Mastercard and ACB, a local credit card. Paying by check is extremely rare and it is normal to pay in cash.

chợ	thẩm mỹ viện	tiệm bán đồ đạc tự
market	beauty salon	mình làm lấy
đồ da	thợ bạc	do-it-yourself shop
leather goods	goldsmith	tiệm bán đồ gia dụng
đồ gia dụng	thợ kim hoàn	household
household goods	jeweler	appliances
đồ thể thao	tiệm bách hoá	(white goods)
sporting goods	department store	tiệm bán dụng cụ văn
đồng hồ	tiệm bán băng dĩa nhạc	phòng
watches and clocks	music shop	stationery shop
người bán hoa	(CDs, tapes, etc)	tiệm bán gia cầm
florist	tiệm bán bơ sữa	poultry shop
người bán cá	dairy (shop selling	tiệm giày dép
fishmonger	dairy products)	footwear
người làm đồ da thú	tiệm bán dầu thơm	tiệm bán máy chụp
furrier	perfumery	hình
lò bánh mì	tiệm bán đồ cắm trại	camera shop
bakery	camping supplies	người bán rau quả
sạp báo	shop	greengrocer
newsstand	tiệm bán đồ cũ	tiệm bán thuốc lá
siêu thị	second-hand shop	tobacconist
supermarket		

tiệm bánh mì	tiệm kẹo/ tiệm bánh	tiệm sửa giày
baker's shop	confectioner's/	cobbler
tiệm đánh máy	cake shop	tiệm sửa xe đạp và xe
typing agency	tiệm làm tóc	gắn máy
tiệm đồ chơi	hairdresser	motorbike and
toy shop	tiệm nhạc cụ	bicycle repairs
tiệm giặt	musical instrument	tiệm tạp hoá
household linen	shop	delicatessen
shop/	tiệm quần áo	tiệm thịt
laundry	clothing shop	butcher's shop
tiệm giặt máy/tiệm hấp	tiệm quần áo, nữ trang	tiệm thực phẩm
tẩy quần áo	costume jewelery	grocery shop
coin-operated	tiệm rau trái	tiệm thuốc bắc
laundry/dry cleaner	fruit and vegetable	herbalist's shop
tiệm hớt tóc	shop	tiệm thuốc tây
barber's	tiệm rượu	pharmacy
tiệm kem	stock of vintage	vườn ươm cây
ice cream shop	wines	nursery (plants)
	tiệm sách	bác sĩ nhãn khoa
	book shop	optician

10 .1 Shopping conversations

Where can I get...? _____ Tôi có thể mua...ở đâu?

When is this shop open? __ Khi nào tiệm này mở cửa?

Could you tell me where___ Xin chỉ giùm tôi tiệm...ở đâu?
the...department is?

Could you help me, _____ Ông (m.)/anh (m.)/chị (f.) giúp tôi được không?
please?

I'm looking for..._____ Tôi đang tìm...

Do you sell English/ _____ Anh (m.)/chị (f.)/cô (f.) có bán báo Anh/
American newspapers? Mỹ không?

Có ai bán hàng cho ông/cô chưa?_____ **Are you being served?**

No, I'd like... _____ Không, tôi muốn...

I'm just looking, if that's ___ Tôi chỉ muốn xem hàng, được không ạ?
all right

Ông/bà cần gì nữa không?_____ **(Would you like) anything
else?**

Shopping

10

Yes, I'd also like... _____	Có, tôi cũng muốn...
No, thank you. That's all ___	Không, cảm ơn, Đủ rồi
Could you show me...? ____	Anh (m.)/cô (f.) cho tôi xem...
I'd prefer... _____	Tôi thích...hơn
This is not what I'm _____ looking for	Đây không phải là thứ tôi cần
Thank you, I'll keep_____ looking	Cảm ơn, tôi sẽ tiếp tục kiểm xem
Do you have _____ something...	Anh (m.)/chị (f.) có món nào...?
– less expensive?_____	– rẻ tiền hơn không?
– smaller? _____	– nhỏ hơn không?
– larger? _____	– lớn hơn không?
I'll take this one _____	Tôi lấy cái này
Does it come with _____ instructions?	Có chỉ dẫn trong dây không?
It's too expensive _____	Đắt quá
I'll give you... _____	Tôi trả anh (m.)/chị (f.)...
Could you keep this for ____ me?	Anh (m.)/chị (f.) giữ cái này giùm tôi
I'll come back for it later ___	Lát nữa tôi sẽ trở lại lấy
Do you have a bag for _____ me, please?	Cho tôi một túi đựng

Tôi xin lỗi, chúng tôi không có món hàng đó _	I'm sorry, we don't have that
Xin lỗi, chúng tôi bán hết rồi_____	I'm sorry, we're sold out
Xin lỗi, đến...mới có hàng_____	I'm sorry, it won't come back in until...
Xin trả tiền tại quầy tính tiền_____	Please pay at the cash register
Chúng tôi không nhận thẻ tín dụng _____	We don't accept credit cards
Chúng tôi không nhận chi phiếu du lịch_____	We don't accept traveler's checks
Chúng tôi không nhận tiền nước ngoài _____	We don't accept foreign currency

Could you gift wrap it, _____   Anh (m.)/chị (f.) gói nó lại giùm tôi
  please?

10 .2 Food

I'd like a hundred grams ___   Cho tôi một trăm gam…
  of…, please

I'd like half a kilo/five _____   Cho tôi nửa kí lô/năm trăm gam…
  hundred grams of…

I'd like a kilo of… _____   Cho tôi một kí lô…

Could you…it for me, _____   Anh (m.)/chị (f.)…nó giùm tôi
  please?

– slice it/cut it up for me, ___   – xắt lát/cắt nhỏ giùm tôi
  please?

– grate it for me, please? ___   – bào nhỏ giùm tôi

Can I order it? _____   Cho tôi đặt hàng được không?

I'll pick it up tomorrow/ ____   Ngày mai tôi sẽ lấy hàng lúc…
  at…

Can you eat/drink this? ____   Anh (m.)/chị (f.) ăn/uống món này được không?

What's in it? _____   Trong đó có gì?

10 .3 Clothing and shoes

I saw something in the ____   Tôi thấy một món bày ở cửa kính
  window

Shall I point it out? _____   Tôi chỉ nó cho anh (m.)/chị (f.) coi

I'd like something to _____   Tôi muốn có thứ hợp với món này
  go with this

Do you have shoes to _____   Anh (m.)/chị (f.) có giày hợp với bộ này không?
  match this?

I'm a size…in the US _____   Ở Mỹ, tôi mang số…

Can I try this on? _____   Tôi thử được không?

Where's the fitting room? __   Phòng thử đồ ở đâu?

It doesn't suit me _____   Nó không vừa với tôi

This is the right size _____   Cái này đúng cỡ

It doesn't look good _____   Nó có vẻ không hợp với tôi
  on me

Do you have this/these ____ in...?	Anh (m.)/chị (f.) có cái này/những cái này ở...không?
The heel's too high/low ____	Gót quá cao/quá thấp
Is this real leather? _____	Cái này có bằng da thật không?
Is this genuine hide? _____	Cái này có bằng da thật không?
I'm looking for a...for _____ a...year-old child	Tôi tìm cái...cho đứa con...tuổi
I'd like a... _____	Tôi muốn một cái...
– silk _____	– lụa
– cotton _____	– vải/cô tông
– woolen _____	– len
– linen_____	– vải lanh
At what temperature _____ should I wash it?	Tôi nên giặt nó ở nhiệt độ nào?
Will it shrink in the wash?__	Nó có bị rút khi giặt không?

dừng sấy khô	giặt máy được	hấp tẩy
do not spin dry	machine washable	dry clean
dừng ủi	giặt tay	trải cho phẳng
do not iron	hand wash	lay flat

At the cobbler

Could you mend these____ shoes?	Ông sửa giày giùm
Could you resole/reheel ___ these shoes?	Ông đóng đế/đóng gót giày giùm
When will they be ready? __	Khi nào thì xong?
I'd like..., please _____	Cho tôi...
– a can of shoe polish _____	– một hộp thuốc đánh giày
– a pair of shoelaces_____	– một đôi dây giày

10 .4 Photographs and video

| I'd like a film for this_____ camera, please | Cho tôi một cuộn phim dùng cho máy chụp hình này |

I'd like a cartridge, please __ Cho tôi một cuộn băng

– a one twenty-six _____ một cuộn băng hai mươi sáu
  cartridge

– a slide film _____ – phim slide

– a movie cassette, please _ – một cuộn băng video

– a videotape _____ – một cuộn băng video

– color/black and white ____ – màu/trắng đen

– super eight_____ – băng số tám

– 12/24/36 exposures _____ – 12/24/36 pô

– ASA/DIN number _____ – số ASA/DIN

Problems

Could you load the film ____ Anh (m.)/chị (f.) bỏ phim vào giùm tôi
  for me, please?

Could you take the film ____ Anh (m.)/chị (f.) lấy phim ra giùm tôi
  out for me, please?

Should I replace the _____ Tôi có nên thay pin không?
  batteries?

Could you have a look____ Anh xem máy chụp hình này giùm tôi
  at my camera, please?

It's not working _____ Nó không chụp được

The...is broken _____ Máy...bị hư

The film's jammed _____ Phim bị kẹt

The film's broken_____ Phim bị đứt

The flash isn't working ____ Đèn flash không hoạt động

Processing and prints

I'd like to have this film ____ Tôi muốn tráng/rọi cuốn phim này
  developed/printed, please

I'd like...prints from each___ Rọi cho tôi mỗi hình...tấm
  negative

glossy/matte _____ giấy láng/giấy mờ

6 x 9 _____ cỡ 6 x 9

I'd like to order reprints____ Tôi muốn rọi lại những tấm hình này
  of these photos

I'd like to have this _____ Tôi muốn phóng lớn hình nầy
  photo enlarged

How much is processing?__ tráng phim bao nhiêu tiền?

How much for printing? ___ Rọi hình bao nhiêu tiền?

How much are the_____ Rọi hình lại bao nhiêu tiền?
  reprints?

How much is it for _____ Phóng lớn bao nhiêu tiền?
  enlargement?

When will it be ready? _____ Khi nào thì xong?

🔟 .5 At the hairdresser's

Do I have to make an _____ Tôi có phải hẹn trước không?
  appointment?

Can I come in right now? __ Tôi đến ngay bây giờ dược không?

How long will I have to ____ Tôi phải dợi bao lâu?
  wait?

I'd like a shampoo/ _____ Tôi muốn gội dầu/cắt tóc
  haircut

I'd like a shampoo for _____ Tôi muốn gội dầu với dầu dành cho tóc dầu/
  oily/dry hair, please   tóc khô

I'd like an anti-dandruff ____ Tôi muốn gội dầu với dầu trị gàu
  shampoo

I'd like a shampoo with ____ Tôi muốn gội dầu có dùng dầu làm mềm tóc
  conditioner, please

I'd like highlights, please___ Tôi muốn nhuộm tóc một vài chỗ

Do you have a color _____ Anh (m.)/chị (f.) có bản màu không?
  chart, please?

I'd like to keep the same ___ Tôi muốn giữ cùng màu
  color

I'd like it darker/lighter _____ Tôi muốn màu dậm hơn/nhạt hơn

I'd like/I don't want _____ Tôi muốn/tôi không muốn xài keo xịt tóc
  hairspray

– gel_____ – gen giữ tóc dứng

– lotion _____ – dầu thơm

I'd like short bangs _____ Tôi muốn cắt tóc ngắn

Not too short at the back ___ Không quá ngắn phía sau

Not too long _____ Không quá dài

I'd like it curly/not too _____ Tôi thích tóc quăn/không quăn quá
curly

It needs a little/a lot _____ Cần cắt một ít/cần cắt nhiều
taken off

I'd like a completely _____ Tôi muốn một kiểu tóc hoàn toàn khác/
different style/a different   một kiểu cắt khác
cut

I'd like it the same as _____ Tôi muốn cắt kiểu tóc như trong hình chụp này
in this photo

– as that woman's _____ – như kiểu của bà kia

Could you turn the drier ___ – Anh vặn máy sấy tóc mạnh hơn/
up/down a bit?   nhỏ hơn một chút

I'd like a facial_____ Tôi thích cạo mặt

– a manicure _____ – làm móng tay

– a massage _____ – xoa bóp

Could you trim my..., _____ Anh (m.)/chị (f.) tỉa...giùm tôi
please?

– bangs_____ – tóc cắt ngang trán

– beard _____ – râu

– moustache _____ – râu mép

I'd like a shave, please_____ Anh (m.)/chị (f.) cạo râu giùm tôi

I'd like a wet shave, _____ Tôi thích được cạo râu với dầu cạo râu

Anh/chị muốn cắt tóc như thế nào? _____ How do you want it cut?
Anh/chị đònh cắt tóc kiểu gì? _____ What style did you have in
                                             mind?
Anh/chị muốn tóc màu gì? _____ What color did you want
                                             it?
Nhiệt độ này có hợp với anh/chị không? _____ Is the temperature all right
                                             for you?
Anh/chị thích đọc gì không?_____ Would you like something
                                             to read?
Anh/chị thích uống gì không? _____ Would you like a drink?
Đây có phải là kiểu anh/chị định cắt không? __ Is this what you had in
                                             mind?

At the Tourist Information Center

11 At the Tourist Information Center

11 .1 Places of interest

● **There are three main categories** of tourist office: regional, provincial, and local. Provincial offices usually have information on regions and towns. A good range of more specific local information about buses, museums, tours, etc is available at Vietnam Tourist offices. Tourist offices are generally open Monday to Friday, 8:30 am to 11:30 am and 1:30 pm to 5 pm. Some also open on Saturdays and Sundays.

In Ho Chi Minh City, if you want to make a city tour, you can just walk around. If you don't have time, you can use the hotel service desk, which will provide a car and a driver to guide you. However, this is the most expensive way: it will cost about US$30 or more a day. It might be better to go to a travel agency because a half-day city tour, with two or three stops at various attractions, will cost you about US$25, including entry tickets.

You can also take a half-day tour on the backseat of a motorbike with a friendly driver who can speak English. There are also cyclo drivers who can give you a good tour of the downtown area.

Finally, you can hire a bike or a Honda, buy a map, and take your own tour. This is certainly the most adventurous way to see the city.

Where's the Tourist_____ Information, please?	Văn phòng Hướng dẫn Du lịch ở đâu?
Do you have a city map? __	Anh (m.)/chị (f.) có bản đồ thành phố không?
Where is the museum? ____	Viện bảo tàng ở đâu?
Where can I find a_____ church?	ở đâu có nhà thờ?
Could you give me _____ some information about...?	Tôi muốn được hướng dẫn về...
How much is this? _____	Cái này bao nhiêu?
What are the main _____ places of interest?	Những điểm tham quan nào là chính?
Could you point them ____ out on the map?	Anh (m.)/chị (f.) chỉ giùm trên bản đồ này
What do you_____ recommend?	Tôi nên đến những nơi nào?
We'll be here for a few ____ hours	Chúng tôi sẽ ở đây vài giờ
We'll be here for a day ____	Chúng tôi sẽ ở đây một ngày
We'll be here for a week ___	Chúng tôi sẽ ở đây một tuần

11

We're interested in... _____	Chúng tôi thấy thích...
Is there a scenic walk _____ around the city?	Có chỗ đi dạo nào đẹp quanh thành phố không?
How long does it take? ____	đi mất bao lâu?
Where does it start/end? ___	Bắt đầu ở đâu/ngừng ở đâu?
Are there any boat trips? __	Có những chuyến đi chơi bằng thuyền không?
Where can we board? _____	Chúng tôi xuống tàu ở đâu được?
Are there any bus tours? __	Có những tua tham quan bằng xe ca không?
Where do we get on? _____	Chúng tôi lên xe ở đâu?
Is there a guide who _____ speaks English?	Có hướng dẫn viên nói tiếng Anh không?
What trips can we take ____ around the area?	Chúng tôi có thể đi chơi nơi nào trong vùng này?
Are there any _____ excursions?	Có những chuyến du ngoạn không?
Where do they go? _____	Họ đi đâu?
We'd like to go to... _____	Chúng tôi thích đi
How long is the _____ excursion?	Cuộc du ngoạn bao lâu?
How long do we _____ stay in...?	Chúng tôi ở lại...bao lâu?
Are there any guided _____ tours?	Có những tua có hướng dẫn không?
How much free time _____ will we have there?	Ở đó chúng tôi có bao nhiêu thì giờ được tự do?
We want to have a walk ___ around/to go on foot	Chúng tôi muốn đi dạo quanh đây/đi bộ
Can we hire a guide? _____	Chúng tôi mướn nhân viên hướng dẫn được không?
What time does...open/ ____ close?	Mấy giờ...mở cửa/đóng cửa?
What days is...open/ _____ closed?	...mở cửa/đóng cửa ngày nào?
What's the admission _____ price?	Giá vào cửa bao nhiêu?

Is there a group _____ discount?	Đi đông người có được bớt không?
Is there a child _____ discount?	Trẻ em có được bớt không?
Is there a discount for _____ senior citizens?	Người lớn tuổi có được bớt không?
Can I take (flash) _____ photos/can I film here?	Tôi chụp hình/ quay phim ở đây được không?
Do you have any _____ postcards of...?	Anh (m.)/chị (f.) có bưu thiếp...không?
Do you have an _____ English...	Anh (m.)/chị (f.) có...tiếng Anh không?
– catalogue? _____	– ca ta lô?
– program? _____	– chương trình?
– brochure? _____	– tài liệu hướng dẫn

11 .2 Going out

● **Drama theaters** are open all year round. In Hanoi, there are some famous water puppet shows. There is a very popular Vietnamese film industry and most foreign films are dubbed into Vietnamese. In Saigon, there are many places to attend musical performances such as concert halls and night clubs. These performances normally start at 8 pm. Ticket prices vary according to the status of the performers.

Do you have this week's/ ___ month's entertainment guide?	Anh (m.)/chị (f.) có chương trình giải trí tuần này/tháng này không?
What's on tonight? _____	Đêm nay có gì?
We want to go to... _____	Chúng tôi muốn đi...
What's playing at the _____ cinema?	Rạp hát chiếu phim gì?
What sort of film is that? __	Phim đó là loại phim gì?
– suitable for everyone ____	– thích hợp cho mọi người
– not suitable for people ___ under 12/under 16	– không thích hợp cho người dưới 12/ dưới 16 tuổi
– original version _____	– bản gốc
– subtitled _____	– có phụ đề

– dubbed _____ – lồng tiếng

Is it a continuous_____ Chương trình có liên tục không?
  showing?

What's on at...? _____ Đang có gì ở...?

– the theater? _____ – nhà hát?

– the opera? _____ – nhà hát nhạc kịch?

What's happening in _____ Có gì trong phòng hòa nhạc vậy?
the concert hall?

Where can I find a good ___ Quanh đây có tiệm disco nào ngon lành không?
  disco around here?

Is it members only? _____ Chỉ dành riêng cho hội viên hay sao?

Where can I find a good ___ Quanh đây có vũ trường nào ngon lành không?
  nightclub around here?

Is it evening wear only? ___ Phải mặc đồ đàng hoàng hay sao?

Should I/we dress up? _____ Tôi/chúng tôi có nên ăn mặc trang trọng không?

What time does the _____ Mấy giờ chương trình bắt đầu
  show start?

When's the next soccer ____ Khi nào thì có trận đá banh kế tiếp?
  match?

Who's playing? _____ Đội nào chơi?

I'd like an escort (m/f) _____ Tôi muốn có người làm bạn đi cùng đêm nay
  for tonight

11 .3 Reserving Tickets

Could you reserve_____ Xin anh (m.)/chị (f.) giữ chỗ trước vài vé cho
  some tickets for us? chúng tôi

We'd like to book...seats/ __ Chúng tôi muốn đặt...chỗ ngồi/một bàn cho...
  a table for...

...seats in the orchestra____ ...chỗ ngồi trong khu vực chính của buổi hoà
  in the main section nhạc

...seats in the circle _____ ...chỗ ngồi trong khu vòng cung

a box for... _____ một chỗ ngồi riêng cho...

...front row seats/a table___ ...chỗ ngồi hàng ghế đầu/một bàn cho...ở
  for...at the front phía trước

...seats in the middle/_____ ...chỗ ngồi ở giữa/một bàn ở giữa
a table in the middle

...back row seats/a table ___ ...chỗ ngồi ở dãy sau/một bàn ở phía sau
at the back

Could I reserve...seats _____ Cho tôi giữ...chỗ trong chương trình lúc...giờ
for the...o'clock
performance?

Are there any seats left ____ Đêm nay còn ghế nào trống không?
for tonight?

How much is a ticket? _____ Một vé giá bao nhiêu?

When can I pick up the ____ Khi nào tôi lấy vé được?
tickets?

I've got a reservation _____ Tôi có giữ chỗ trước

My name's... _____ Tôi tên là...

Anh/chị muốn giữ chỗ cho buổi _____ Which performance do
biểu diễn nào? you want to reserve for?
Anh/chị thích ngồi ở đâu? _____ Where would you like to
sit?
Vé bán hết rồi_____ Everything's sold out
Phòng này chỉ có chỗ đứng_____ It's standing room only
Chúng tôi chỉ còn chỗ ngồi ở khu_____ We've only got circle seats
vòng cung left
Chúng tôi chỉ còn chỗ ngồi ở vòng_____ We've only got upper circle
cung phía trên (way upstairs) seats left
Chúng tôi chỉ còn chỗ xem hoà nhạc _____ We've only got orchestra
seats left
Chúng tôi chỉ còn chỗ ngồi hàng đầu_____ We've only got front row
seats left
Chúng tôi chỉ còn chỗ ngồi phía sau _____ We've only got seats left
at the back
Anh/chị muốn bao nhiêu chỗ?_____ How many seats would
you like?
Anh/chị phải lấy vé trước...giờ _____ You'll have to pick up the
tickets before...o'clock
Xin cho soát vé_____ Tickets, please
Đây là chỗ ngồi của anh/chị _____ This is your seat
Anh/chị ngồi lộn chỗ rồi_____ You are in the wrong seat

12

Sports

12 **S**ports

12 .1 **S**porting questions

Where can we...around _____ Quanh đây chúng tôi có thể...ở đâu?
here?

Can I/we hire a...? _____ Tôi muốn thuê một...

Can I/we take...lessons?____ Tôi có thể học...được không?

How much is that per_____ Bao nhiêu tiền một giờ/một ngày?
hour/per day

How much is each one? ___ Mỗi môn (course)/cái (piece) bao nhiêu?

Do you need a permit _____ Có cần phải có giấy phép không?
for that?

Where can I get the _____ Tôi có thể xin giấy phép ở đâu?
permit?

12 .2 **B**y the waterfront

Is it far (to walk) to _____ (Đi bộ) ra biển có xa không?
the sea?

Is there a...around here? ___ Quanh đây có...không?

– a swimming pool _____ – hồ bơi

– a sandy beach_____ – bãi biển nhiều cát

– a nudist beach_____ – bãi biển tắm truồng

– mooring place_____ – bến tàu thả neo

Are there any rocks here?__ ở đây có đá không?

When's high/low tide? _____ Khi nào thủy triều lên/khi nào thủy triều xuống?

What's the water _____ Nước ở đây bao nhiêu độ?
temperature?

Is it (very) deep here? _____ ở đây có sâu (lắm) không?

Is it safe (for children) _____ (trẻ em) bơi ở đây có an toàn không?
to swim here?

Are there any currents?____ Có sóng ngầm không?

Are there any rapids/ _____ Có những chỗ nước chảy xiết/
waterfalls along this river? thác nước dọc con sông này không?

What does that flag/_____ Cái cờ/cái phao kia có ý nghĩa gì?
  buoy mean?

Is there a lifeguard on _____ Có người cứu cấp trực ở đây không?
  duty?

Are dogs allowed here?____ Chó có được phép vào đây không?

Is camping on the _____ Cắm trại ở bãi biển có được phép không?
  beach allowed?

Can we light a fire?_____ Chúng tôi đốt lửa được không?

---

cấm bơi lội	cấm trượt sóng	nguy hiểm
no swimming	**no surfing**	**danger**
cấm câu cá	chỉ dành cho người có	vùng nước câu cá
no fishing	giấy phép	**fishing waters**
	permits only	

Sickness

13 **S**ickness

13.1 **C**all (get) the doctor

● **If you become ill** or need emergency treatment, it is best to go to the Emergency Department at your nearest hospital.

Could you get a doctor ____ quickly, please?	Anh (m.)/chị (f.) gọi bác sĩ gấp giùm
When does the doctor ____ have office hours?	Bác sĩ làm việc giờ nào?
When can the doctor ____ come?	Khi nào bác sĩ đến?
Could I make an____ appointment to see the doctor?	Cho tôi hẹn gặp bác sĩ.
I've got an appointment ___ to see the doctor at...o'clock	Tôi có hẹn gặp bác sĩ lúc...giờ
Which doctor/pharmacy ___ is on night/weekend duty?	Bác sĩ nào/tiệm thuốc tây nào trực ban đêm/ cuối tuần?

13.2 **P**atient's ailments

I don't feel well ____	Tôi không được khoẻ.
I'm dizzy____	Tôi chóng mặt.
– ill____	– bịnh
– nauseous ____	– muốn nôn
I've got a cold____	Tôi bị cảm lạnh
It hurts here ____	Tôi đau chỗ này
I've vomited ____	Tôi bịnh muốn ói
I've got... ____	Tôi bị...
I'm running a ____ temperature of...degrees	Tôi bị sốt...độ
I've been...____	Tôi bị...
– stung by a wasp____	– ong chích
– stung by an insect ____	– bị côn trùng cắn
– bitten by a dog ____	– bị chó cắn

– stung by a jellyfish _____ – bị sứa cắn

– bitten by a snake _____ – bị rắn cắn

– bitten by an animal _____ – bị thú vật cắn

I've cut myself _____ Tôi cắt nhầm phải mình

I've burned myself _____ Tôi bị phỏng

I've grazed/scratched _____ Tôi bị trầy da/xước da
  myself

I've had a fall _____ Tôi bị té/Tôi bị ngã

I've sprained my ankle_____ Tôi bị trật mất cá chân

I'd like the morning-after __ Tôi muốn mua thuốc ngừa thai hai mươi bốn
  pill   giờ

13 .3 The consultation

Anh/chị có vấn đề gì? _____ What seems to be the problem?

Anh/chị bị như vậy bao lâu rồi?_____ How long have you had these complaints?

Trước đây anh/chị có bị như vậy không? _____ Have you had this trouble before?

Anh/chị có bị sốt không? Bao nhiêu độ?_____ Do you have a temperature? What is it?

Xin cởi áo ra _____ Get undressed, please

Xin cởi áo đến ngang hông _____ Strip to the waist, please

Anh/chị có thể cởi quần áo ở đằng kia _____ You can undress there

Xắn tay áo bên trái/bên phải lên_____ Roll up your left/right sleeve, please

Xin nằm xuống đây_____ Lie down here, please

Có đau không? _____ Does this hurt?

Thở sâu Breathe deeply

Há miệng ra _____ Open your mouth

Sickness

13

Patients' medical history

I'm a diabetic _____ Tôi là người bị bệnh tiểu đường

I have a heart condition ___ Tôi bị bệnh tim

I'm asthmatic _____ Tôi bị suyễn

I'm allergic to... _____ Tôi bị dị ứng với...

I'm...months pregnant _____ Tôi có thai...tháng

I'm on a diet _____ Tôi đang ăn kiêng

I'm on medication/ _____ Tôi đang uống thuốc/dùng thuốc ngừa thai
the pill

I've had a heart attack _____ Trước đây tôi bị nghẽn tim một lần
once before

I've had a(n)...operation ___ Tôi bị giải phẫu...

I've been ill recently _____ Mới đây tôi bị bịnh

I've got a stomach ulcer ___ Tôi bị đau bao tư

I've got my period_____ Tôi có kinh

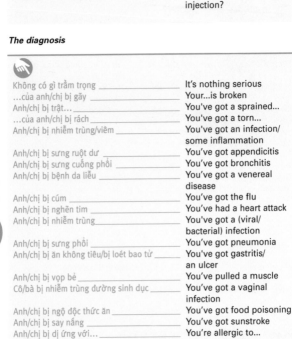

Anh/chị có bị dị ứng không? _____ Do you have any allergies?
Anh/chị có đang dùng thuốc gì không? _____ Are you on any
medication?
Anh/chị có ăn kiêng không?_____ Are you on a diet?
Bà/chị có đang có thai không? _____ Are you pregnant?
Anh/chị có chích ngừa bệnh uốn ván không? _ Have you had a tetanus
injection?

The diagnosis

Không có gì trầm trọng _____ It's nothing serious
...của anh/chị bị gãy _____ Your...is broken
Anh/chị bị trật... _____ You've got a sprained...
...của anh/chị bị rách _____ You've got a torn...
Anh/chị bị nhiễm trùng/viêm _____ You've got an infection/
some inflammation
Anh/chị bị sưng ruột dư _____ You've got appendicitis
Anh/chị bị sưng cuống phổi _____ You've got bronchitis
Anh/chị bị bệnh da liễu _____ You've got a venereal
disease
Anh/chị bị cúm _____ You've got the flu
Anh/chị bị nghẽn tim _____ You've had a heart attack
Anh/chị bị nhiễm trùng_____ You've got a (viral/
bacterial) infection
Anh/chị bị sưng phổi _____ You've got pneumonia
Anh/chị bị ăn không tiêu/bị loét bao tử _____ You've got gastritis/
an ulcer
Anh/chị bị vọp bẻ _____ You've pulled a muscle
Cô/bà bị nhiễm trùng đường sinh dục _____ You've got a vaginal
infection
Anh/chị bị ngộ độc thức ăn _____ You've got food poisoning
Anh/chị bị say nắng _____ You've got sunstroke
Anh/chị bị dị ứng với... _____ You're allergic to...

Sickness

13

Bà/chị có thai _____	You're pregnant
Xin thử máu/nước tiểu/phân giùm tôi _____	I'd like to have your blood/urine/stools tested
Vết thương cần may lại _____	It needs stitches
Tôi sẽ giới thiệu anh/chị đi gặp bác sĩ _____ chuyên môn/gửi anh/chị đến bệnh viện	I'm referring you to a specialist/sending you to the hospital
Anh/chị cần chụp quang tuyến X_____	You'll need some x-rays taken
Anh/chị vui lòng đợi trong phòng đợi _____	Could you wait in the waiting room, please?
Anh/chị cần được giải phẫu _____	You'll need an operation

Is it contagious? _____	Bệnh này có lây không?
How long do I have to _____ stay...	Tôi phải nằm...bao lâu?
– in bed? _____	– trong giường
– in the hospital? _____	– ở bệnh viện
Do I have to go on a_____ special diet?	Tôi có phải ăn uống kiêng cữ gì không?
Am I allowed to travel? ____	Tôi có được phép đi xa không?
Can I make another _____ appointment?	Tôi có thể hẹn lần khác không?
When do I have to _____ come back?	Khi nào tôi phải trở lại?
I'll come back tomorrow ___	Ngày mai tôi trở lại
How do I take this _____ medicine?	Tôi uống thuốc này như thế nào?

Trở lại ngày mai/ trong...ngày nữa _____	Come back tomorrow/ in...days' time

13 .4 Medication and prescriptions

How many pills/drops/_____ injections/spoonfuls/ tablets each time?	Bao nhiêu viên/giọt/mũi chích/ muỗng, viên mỗi lần?
How many times a day? ___	Bao nhiêu lần một ngày?

I've forgotten my_____ medication	Tôi quên uống thuốc
At home I take... _____	Ở nhà tôi uống...
Could you write _____ prescription for me, please?	Xin ghi toa thuốc giùm tôi

---

Tôi kê thuốc trụ sinh/một loại thuốc hỗn_____ hợp/thuốc an thần/thuốc giảm dau cho anh/chị	I'm prescribing antibiotics/ a mixture/a tranquilizer/ painkillers
Phải nằm nghỉ nhiều _____	Have lots of rest
Ở trong nhà _____	Stay indoors
Nghỉ trong giường _____	Stay in bed

---

chà lên **rub on**	mũi chích **injections**	thuốc viên **pills/tablets**
chỉ dùng ngoài da **external use only**	nuốt (nguyên) **swallow (whole)**	trong...ngày **for...days**
dầu xức **ointment**	tan trong nước **dissolve in water**	uống hết thuốc bác sĩ ghi toa **finish the**
giọt **drops**	trước bữa ăn **before meals**	**prescription**
mỗi...giờ **every...hours**	thuốc này ảnh hưởng đến việc lái xe của anh/chị	uống **take**
một muỗng canh/ một muỗng cà phê **spoonful/teaspoonful**	**this medication impairs your driving**	...lần một ngày **...times a day**

.5 **A**t the dentist's

Do you know a good _____ dentist?	Anh (m.)/chị (f.) biết nha sĩ nào giỏi không?
Could you make a_____ dentist's appointment for me?	Anh (m.)/chị (f.) lấy hẹn với nha sĩ giùm tôi
It's urgent _____	Khẩn cấp lắm
Can I come in today, _____ please?	Hôm nay tôi đến được không?
I have a terrible _____ toothache	Tôi dau răng (khủng khiếp) lắm

Sickness

13

Could you prescribe/ _____ give me a painkiller? Xin kê cho tôi toa/cho tôi thuốc giảm đau

I've got a broken tooth ____ Tôi có một cái răng bị gãy

My filling's come out _____ Chỗ trám răng bị sứt ra

I've got a broken crown ___ Tôi có răng bị mẻ

I'd like/I don't want a _____ local anesthetic Tôi muốn /Tôi không muốn dùng thuốc tê quanh đó

Could you do a _____ temporary repair? Ông (m.)/bà (f.) chữa tạm thời được không?

I don't want this tooth _____ pulled Tôi không muốn nhổ cái răng này

My denture is broken_____ Răng giả của tôi bị bể

Can you fix it? _____ Ông (m.)/bà (f.) sửa nó được không?

Răng nào đau? _____ Which tooth hurts?
Anh/chị có mụt mưng mủ _____ You've got an abscess
Tôi phải lấy tủy răng _____ I'll have to do a root canal
Tôi sẽ cho thuốc tê quanh chỗ đau _____ I'm giving you a local anesthetic
Tôi phải nhổ/trám/mài cái răng này _____ I'll have to pull/fill/file this tooth
Tôi phải khoan nó _____ I'll have to drill it
Mở lớn giùm_____ Open wide, please
Ngậm miệng lại_____ Close your mouth, please
Súc miệng _____ Rinse, please
Còn đau không? _____ Does it hurt still?

Sickness

13

14

In trouble

14 In trouble

14.1 Asking for help

Help!	Cứu tôi với!
Fire!	Nhà cháy!
Police!	Cảnh sát!
Quick!/Hurry!	Nhanh lên!/Lẹ lên!
Danger!	Nguy hiểm!
Watch out!	Coi chừng!
Stop!	Ngừng lại!
Be careful!/Go easy!	Cẩn thận!/Từ từ!
Get your hands off me!	Đừng động vào người tôi!
Let go!	Buông ra!
Stop thief!	Ăn cướp!
Could you help me, please?	Xin giúp giùm tôi?
Where's the police station/emergency exit/fire escape?	Trạm công an/lối ra khẩn cấp/lối thoát hoả hoạn ở đâu?
Where's the nearest fire extinguisher?	Bình chữa cháy gần nhất ở đâu?
Call the fire department!	Hãy gọi đội chữa cháy!
Call the police!	Hãy gọi công an!
Call an ambulance!	Hãy gọi xe cứu thương!
Where's the nearest phone?	Trạm điện thoại gần nhất ở đâu?
Could I use your phone?	Cho tôi dùng điện thoại của anh (m.)/chị (f.) được không?
What's the emergency number?	Điện thoại khẩn cấp số mấy?
What's the number for the police?	Gọi công an số mấy?

14.2 Loss

I've lost my wallet/purse _____ Tôi bị mất bóp/ví

I lost my...here yesterday __ Tôi mất...của tôi ở đây/hôm qua

I left my...here _____ Tôi để...của tôi ở đây

Did you find my...? _____ Anh/chị có thấy...của tôi không?

It was right here _____ Nó nằm ngay đây

It's very valuable _____ Nó quý lắm

Where's the lost and _____ Văn phòng lưu giữ đồ đạc bị mất ở đâu?
found office?

14.3 Accidents

There's been an accident __ Có tai nạn

Someone's fallen into _____ Có người bị ngã xuống nước
the water

There's a fire _____ Có cháy

Is anyone hurt? _____ Có ai bị thương không?

Nobody/someone has _____ Không ai/có người bị thương
been injured

Someone's still trapped __ Có người vẫn còn kẹt trong xe/xe lửa
inside the car/train

It's not too bad _____ Không đến nỗi tệ lắm

Don't worry _____ Đừng lo

Leave everything the _____ Xin để yên mọi thứ như vậy
way it is, please

I want to talk to the _____ Tôi muốn nói chuyện với cảnh sát trước đã
police first

I want to take a photo _____ Tôi muốn chụp hình trước đã
first

Here's my name and _____ Đây là tên và địa chỉ của tôi
address

May I have your name _____ Xin cho tôi tên và địa chỉ của anh (m.)/chị (f.)
and address?

Could I see your identity __ Cho tôi xem giấy tùy thân/giấy tờ bảo hiểm của
card/your insurance anh (m.)/chị (f.)
papers?

In trouble

14

110

Will you act as a _____ witness?   Anh (m.)/chị (f.) làm chứng được không?

I need this information ____ for insurance purposes   Tôi cần những thông tin này để lo chuyện bảo hiểm

Are you insured? _____   Anh (m.)/chị (f.) có bảo hiểm không?

Third party or all _____ inclusive?   Trách nhiệm dân sự hay gồm tất cả?

Could you sign here, _____ please?   Xin ký tên ở đây

14 .4 Theft

I've been robbed _____   Tôi bị cướp

My...has been stolen _____   ...của tôi bị lấy cắp

My car's been _____ broken into   Xe của tôi bị trộm

14 .5 Missing person

I've lost my child/ _____ grandmother   Tôi bị lạc mất đứa con/bà của tôi

Could you help me find____ him/her?   Xin giúp tôi tìm con tôi/bà của tôi

Have you seen a small____ child?   Anh (m.)/chị (f.) có thấy một đứa nhỏ?

He's/she's...years old _____   Nó...tuổi

He/she's got...hair _____   Nó để tóc...

– short/long _____   – ngắn/dài

– blond/red/brown/ _____ black/gray   – hung/đỏ/nâu/đen/xám

– curly/straight/ frizzy _____   – quăn/thẳng/uốn

– in a ponytail_____   – để đuôi gà

– in braids _____   – thắt bím

– in a bun_____   – búi tóc

He's/she's got _____ blue/brown/green eyes   Mắt của nó xanh dương/nâu/xanh lá cây

He/she's wearing... _____   Nó mặc...

In trouble

14

111

swimming trunks/ _____ hiking boots	đồ bơi/ giày đi bộ
with/without glasses _____	đeo/không đeo mắt kiểng
carrying/not carrying _____ a bag	mang/ không mang túi
He/She is tall/short _____	Nó cao/thấp
This is a photo of him/_____ her	Đây là hình của nó
He/she must be lost _____	Chắc là nó bị lạc

.6 **T**he police

An arrest

Xin cho xem giấy tờ (xe) _____	Your (vehicle) documents, please
Ông/bà chạy quá tốc độ _____	You were speeding
Ông/bà không được phép đậu xe ở đây _____	You're not allowed to park here
Đèn xe của ông/bà không cháy _____	Your lights aren't working
Đó là tiền phạt ... đồng _____	That's a $...fine
Ông/bà muốn trả ngay bây giờ không? _____	Do you want to pay now?
Ông/bà sẽ phải trả tiền bây giờ _____	You'll have to pay now

I don't speak Vietnamese __	Tôi không nói tiếng Việt
I didn't see the sign _____	Tôi không thấy bảng hiệu đó
I don't understand what ____ it says	Tôi không hiểu ý nghĩa của nó
I was only doing... _____ kilometers an hour	Tôi chỉ đang chạy...cây số một giờ
I'll have my car checked ___	Tôi sẽ cho kiểm soát lại xe của tôi
I was blinded by _____ oncoming lights	Tôi bị choá mắt vì đèn xe ngược chiều

At the police station

Nó đã xảy ra ở đâu? _____	Where did it happen?
Cái gì bị mất? _____	What's missing?
Cái gì bị lấy? _____	What's been taken?
Cho tôi xem giấy tờ tùy thân của ông/bà? ____	Could I see your identity card/some identification?
Việc này xảy ra lúc mấy giờ? _____	What time did it happen?
Có ai làm chứng không? _____	Are there any witnesses?
Ký tên ở đây _____	Sign here, please
Anh/chị có cần thông dịch viên không? _____	Do you want an interpreter?

I want to report a_____ Tôi muốn trình báo một vụ đụng xe/
collision/missing person/ một người mất tích/một vụ hãm hiếp
rape

Could you make a_____ Anh/chị hãy làm tờ trình
statement, please?

Could I have a copy for ____ Cho tôi một bản để gửi cho công ty bảo hiểm
the insurance?

I've lost everything _____ Tôi mất hết mọi thứ

I've no money left, I'm____ Tôi không còn tiền, tôi rầu lắm
desperate

Could you lend me a _____ Xin cho tôi mượn một ít tiền?
little money?

I'd like an interpreter _____ Tôi cần có một thông dịch viên

I'm innocent _____ Tôi vô tội

I don't know anything ____ Tôi không biết gì về chuyện đó cả
about it

I want to speak to _____ Tôi muốn nói chuyện với người của sứ quán
someone from the Mỹ
American embassy

I want a lawyer who _____ Tôi cần một luật sư nói tiếng…
speaks...

In trouble

14

15

Word list

Word list English - Vietnamese

● **The following word list** is meant to supplement the chapters in this book. Some of the words not on this list can be found elsewhere in this book. Food items can be found in Section 4.7, the parts of a car on pages 50–51, the parts of of motorcycle/bicycle on page 54 and camping/backpacking equipment on page 70.

A

about	khoảng
above	trên
abroad	ở nước ngoài
accident	tai nạn
adaptor	máy biến điện
address	địa chỉ
admission	nhận vào
admission price	lệ phí nhận vào
adult	người lớn
advice	lời khuyên
aeroplane	máy bay
after	sau; sau khi
afternoon	buổi chiều
aftershave	dầu thơm cạo râu
again	lại, nữa
against	ngược lại, chống
age	tuổi
AIDS	bệnh liệt kháng
air conditioning	máy lạnh
air mattress	nệm hơi
airmail	thư gửi máy bay
airplane	máy bay
airport	sân bay
alarm	báo động
alarm clock	đồng hồ báo thức
alcohol	rượu
all day	suốt ngày
all the time	luôn luôn
allergy	dị ứng
alone	một mình
altogether	tất cả
always	luôn luôn
ambulance	xe cứu thương
America	Mỹ, Hoa Kỳ
American	người Mỹ
amount	số lượng
amusement park	công viên giải trí
anesthetic (general)	thuốc mê
anesthetic (local)	thuốc tê
angry	tức giận
animal	động vật
ankle	mắt cá chân
answer	trả lời
ant	kiến
antibiotics	trụ sinh
antifreeze	chống đông đá
antique	cổ xưa
antiques	đồ cổ

antiseptic	sát trùng
anus	hậu môn
apartment	căn hộ
aperitif	rượu khai vị
apologies	lời xin lỗi
apple	táo
apple juice	nước táo
appointment	cuộc hẹn
April	tháng tư
architecture	ngành kiến trúc
area	khu
area code	mã số vùng
arm	cánh tay
arrange	sắp xếp
arrive	đến
arrow	mũi tên
art	mỹ thuật
art gallery	phòng tranh
artery	động mạch
article	bài báo, món đồ
artificial respiration	hô hấp nhân tạo
ashtray	cái gạt tàn
ask	hỏi
ask for	hỏi, xin
aspirin	thuốc atpirin
assault	tấn công
assorted	gồm nhiều loại
at home	ở nhà
at night	ban đêm
at the back	ở phía sau
at the front	ở phía trước
at the latest	mới nhất
aubergine	cà tím
August	Tháng tám
Australia	Úc Đại Lợi
Australian	người Úc
automatic	tự động
autumn	mùa thu
awake	thức giấc
awning	bạt, mái che

B

baby	em bé
baby food	thức ăn trẻ em
babysitter	người giữ trẻ
back (part of body)	phía sau
back (rear)	lưng
backpack	ba lô
backpacker	du khách ba lô
bad (rotting)	hư, xấu
bad (terrible)	ghê gớm
bag	túi
baker	thợ làm bánh mì
balcony	ban công
ball	trái banh
ballpoint pen	bút bi
banana	chuối
bandage	băng
bandaids	băng cá nhân

bangs	mái tóc ngang trán
bank (finance)	ngân hàng
bank (river)	bờ sông
bar (café)	quán rượu
barbecue	món nướng
basketball	bóng rổ
bath	tắm rửa
bath towel	khăn tắm
bathmat	thảm lót chân tắm
bathrobe	áo khoác tắm
bathroom	phòng tắm
battery	pin; bình điện
beach	bãi biển
beans	đậu
beautiful	đẹp
bed	giường
bedding	dọn giường
bee	ong
beef	thịt bò
beer	bia
begin	bắt đầu
behind	sau, đàng sau
belt	dây nịt
berth	toa giường nằm
better (to get)	tốt hơn, khoẻ hơn
bicycle	xe đạp
bikini	áo tắm hai mảnh
bill	hoá đơn
billiards	bi da
birthday	sinh nhật
biscuit	bánh ngọt
bite	cắn
bitter	đắng
black	đen
black and white	trắng đen
black eye	mắt đen
bland (taste)	nhạt nhẽo
blanket	mền, chăn
bleach	tẩy trắng
bleed	chảy máu
blind (can't see)	mù mắt
blind (on window)	màn sáo
blister	nốt phồng rộp
blond	hung
blood	máu
blood pressure	huyết áp
bloody nose	chảy máu cam
blouse	áo khoác ngắn
blue	xanh dương
boat	thuyền
body	thân, mình
boiled	sôi; luộc
bone	xương
book	sách
booked, reserved	đã giữ chỗ, đặt chỗ
booking office	văn phòng bán vé
bookshop	tiệm sách
border	biên giới
bored	chán
boring	làm cho chán

Word list

15

born	sinh ra
borrow	mượn
botanic gardens	vườn bách thảo
both	cả hai
bottle (baby's)	bình
bottle (wine)	chai
bottle-warmer	bình hâm nóng
box	hộp
box office	quầy bán vé
boy	con trai
boyfriend	bạn trai
bra	áo ngực/nịt ngực
bracelet	vòng đeo tay
braised	nấu hầm
brake	thắng/phanh
brake oil	dầu thắng/phanh
bread	bánh mì
break	bể, vỡ
breakfast	điểm tâm
breast	ngực
breast milk	sữa mẹ
bridge	cầu
briefs	quần lót
bring	mang theo
brochure	tập sách hướng dẫn
broken	bị bể, bị vỡ
bronze	đồng thau
broth	nước xúp
brother	anh, em trai
brown	nâu
bruise	vết bầm
brush	chải, đánh
bucket	thùng, xô
buffet	tủ
bugs	bọ
building	toà nhà
bun	chiếc bánh nhỏ
burglary	vụ trộm
burn (injury)	cháy
burn (verb)	cháy, đốt
burnt	bị cháy, bị đốt
bus	xe buýt/xe đò/xe ca
bus station	bến xe buýt/xe đò/xe ca
bus stop	trạm xe buýt/xe đò/xe ca
business card	danh thiếp
business class	hạng doanh nghiệp
business trip	chuyến đi công tác
busy (schedule)	bận rộn
busy (traffic)	đông đúc
butane, natural gas	ga, khí đốt
butcher	người bán thịt
butter	bơ
button	nút
by airmail	bằng đường máy bay
by phone	bằng điện thoại

C

cabbage	bắp cải
cabin	phòng nhỏ

cake	bánh ngọt
call (phonecall)	cú điện thoại
call (to phone)	gọi điện thoại
called	gọi là
camera	máy ảnh
camping	cắm trại
can opener	đồ mở hộp
cancel	hủy bỏ
candle	nến, đèn cầy
candy	kẹo
car	xe hơi; xe ô tô
car documents	giấy tờ xe
car seat (child's)	ghế ngồi (của em nhỏ)
car trouble	trục trặc xe cộ
cardigan	áo ngắn
careful	cẩn thận
carpet	thảm
carriage	xe, toa xe
carrot	cà rốt
cartridge	cuộn băng
cash	tiền mặt
cash card	thẻ rút tiền mặt
cash desk	quầy tính tiền
cash machine	máy rút tiền
casino	sòng bạc
cassette	băng ghi âm
cat	mèo
catalogue	tập catalô
cauliflower	cải hoa, bông cải
cause	nguyên nhân
cave	hang, động
CD	đĩa CD
CD-ROM	đĩa CD-ROM
celebrate	ăn mừng, kỷ niệm
cemetery	nghĩa địa
centimeter	xăng ti mét
center (middle)	ở giữa, trung tâm
center (of city)	trung tâm (thành phố)
central heating	máy sưởi trung tâm
central locking	khoá toàn bộ
certificate	chứng chỉ
chair	ghế
chambermaid	cô dọn phòng
champagne	rượu champagne
change (money)	tiền lẻ
change (trains)	đổi
change, swap	đổi
change the baby's diaper	thay tã
change the oil	thay nhớt
charter flight	chuyến bay thuê bao
chat	nói chuyện
check (verb)	kiểm, soát
check, bill	kiểm lại hoá đơn
check in	kiểm soát để lên máy bay
check out	kiểm soát để rời phi trường
checked luggage	hành lý đã kiểm soát
cheers!	chúc sức khoẻ!
cheese	phó mát/ phô mai
chef	đầu bếp

Word list

15

119

chess	cờ
chewing gum	kẹo cao su
chicken	thịt gà
child	em nhỏ
child's seat (in car)	ghế ngồi trẻ em
chilled	ướp lạnh
chin	cằm
chocolate	sô cô la
choose	chọn lựa
chopstick	đũa
church	nhà thờ
church service	lễ nhà thờ
cigar	xì gà
cigarette	thuốc lá
circle	vòng tròn
circus	gánh xiệc
citizen	công dân
city	thành phố
clean	sạch
clean (verb)	lau, dọn
clearance (sale)	bán hạ giá
clock	đồng hồ
closed	đóng cửa
closed off (road)	cấm lưu thông
clothes	quần áo
clothes hanger	móc áo
clothes dryer	máy sấy quần áo
clothing	quần áo
clutch (car)	bộ am ray da/ly hợp
coat (jacket)	áo vét
coat (overcoat)	áo khoác
cockroach	con gián
cocoa	ca cao
coffee	cà phê
cold (not hot)	lạnh (không nóng)
cold, flu	cảm lạnh, cúm
collar	cổ áo
collarbone	xương đòn
colleague	đồng nghiệp
collision	đụng chạm, đụng xe
cologne	dầu thơm
color	màu
colored	có màu
comb	cái lược
come	tới, đến
come back	trở về, trở lại
compartment	toa xe/ toa tàu
complaint	khiếu nại
completely	hoàn toàn
compliment	khen ngợi
computer	máy vi tính
concert	buổi hoà nhạc
concert hall	phòng hoà nhạc
concierge	người gác cửa
concussion	sự chấn thương
condensed milk	sữa đặc
condom	bao cao su
confectionery	tiệm bánh mứt
congratulations!	chúc mừng!
connection (transport)	chuyển tiếp

constipation	bệnh táo bón
consulate	lãnh sự quán
consultation (by doctor)	khám bệnh
contact lens	kính sát tròng
contagious	lây
contraceptive	ngừa thai
contraceptive pill	thuốc viên ngừa thai
cook (person)	người nấu bếp
cook (verb)	nấu
cookie	bánh quy
copper	đồng
copy	bản sao
corkscrew	đồ mở nút chai
corner	góc
cornflower	bột bắp
correct	đúng
correspond	giao tiếp thư tín
corridor	hành lang
cosmetics	mỹ phẩm
costume	bộ quần áo
cot	nôi
cotton	vải bông
cotton wool	vải len
cough	bệnh ho
cough (verb)	ho
cough syrup	thuốc xi rô trị ho
counter	quầy
country (nation)	quốc gia
country (rural area)	miền quê
country code	mã số quốc gia
courgette	bí ngọt
course of treatment	cách điều trị
cousin	anh chị em họ
crab	cua
cracker	bánh giòn
cream	kem
credit card	thẻ tín dụng
crime	tội ác
crockery	chén dĩa ly
cross (road, river)	lối băng ngang
crossroad	ngã tư
crutch	nạng
cry	khóc, la
cubic meter	mét khối
cucumber	dưa chuột
cuddly toy	đồ chơi nhồi bông
cuff	cổ tay áo
cufflinks	nút gài cổ tay áo
cup	tách
curly	quăn
current (electric)	dòng điện
curtains	màn che
cushion	gối dệm
custom	phong tục
customs	hải quan
cut (injury)	vết cắt
cut (verb)	cắt
cutlery	dao muỗng nĩa
cycling	đạp xe đạp

D

dairy products	sản phẩm có sữa
damage	sự thiệt hại
dance	khiêu vũ
dandruff	gàu
danger	sự nguy hiểm
dangerous	nguy hiểm
dark	tối
date	ngày tháng
date of birth	ngày sinh
daughter	con gái
day	ngày
day after tomorrow	ngày mốt
day before yesterday	hôm kia
dead	chết
deaf	điếc
decaffeinated	không có chất cà phê
December	tháng mười hai
declare (customs)	khai báo
deep	sâu
deep freeze	đông lạnh
deep-sea diving	lặn sâu
defecate	đi cầu, đại tiện
degrees	độ
delay	chậm trễ/trì hoãn
delicious	ngon
dentist	nha sĩ
dentures	răng giả
deodorant	dầu thơm khử mùi
department store	tiệm bách hoá
departure	khởi hành
departure time	giờ khởi hành
depilatory cream	kem làm rụng lông
deposit (for safekeeping)	gởi
deposit (in bank)	ký thác
desert	sa mạc
dessert	thức ăn tráng miệng
destination	nơi đến
detergent	xà phòng nước
develop (photo)	rọi ảnh
diabetic	tiểu đường
dial	quay số
diamond	kim cương/ hột xoàn
diaper	tã lót
diarrhea	bệnh tiêu chảy
dictionary	từ điển
diesel oil	dầu gazoil
diet	việc ăn kiêng
difficulty	sự khó khăn
dining car	toa hàng ăn
dining room	phòng ăn
dinner	bữa ăn tối
direct	trực tiếp, thẳng
direct flight	chuyến bay thẳng
directly	trực tiếp
dirty	dơ
disabled	tật nguyền
disco	disco
discount	giảm giá
dish	dĩa, món ăn

dish of the day	món ăn trong ngày
disinfectant	thuốc/ dầu khử trùng
distance	khoảng cách
distilled water	nước lọc
disturb	gây rối, làm phiền
disturbance	sự gây rối, làm phiền
dive	lặn
diving	môn lặn
diving board	ván nhúm
diving gear	bộ đồ lặn
divorced	ly dị
dizzy	chóng mặt
do	làm
do not disturb	đừng làm phiền
do-it-yourself store	tiệm bán đồ tự làm lấy
doctor	bác sĩ
dog	con chó
doll	búp bê
domestic	nội địa/quốc nội
done (cooked)	chín
door	cửa
double	đôi
down	xuống, dưới
drapes	khăn trải giường
draught	khô; hơi
dream (verb)	mơ, nằm mơ
dress	áo dài (Vietnamese style)/áo đầm (Western style)
dressing gown	áo khoác mặc ở nhà
dressing table	bàn phấn
drink (alcoholic)	rượu bia
drink (refreshment)	thức uống
drink (verb)	uống
drinking water	nước uống
drive	lái xe
driver	tài xế
driver's license	bằng lái xe
drugstore	hiệu thuốc
drunk	say rượu
dry	khô
dry (verb)	lau khô, làm khô
dry-clean	hấp tẩy
dry-cleaners	thợ hấp tẩy quần áo
duck	con vịt/ thịt vịt
during	trong suốt
during the day	vào lúc ban ngày
duty (tax)	thuế
duty-free goods	hàng miễn thuế
duty-free shop	tiệm miễn thuế

E

ear	lỗ tai
ear drops	thuốc nhỏ tai
earache	đau tai/ bệnh đau tai
early	sớm
earrings	bông tai
earth	trái đất, đất
earthenware	đồ sứ
east	đông, phía đông
easy	dễ

eat	ăn
economy class	hạng bình dân
eczema	bệnh chàm eczema
eel	con lươn
egg	trứng
eggplant	cà tím
electric	điện, chạy điện
electricity	điện
electronic	điện tử
elephant	con voi
elevator	thang máy
email	thư điện tử/e-mail
embassy	sứ quán
embroidery	hàng thêu
emergency brake	thắng khẩn cấp
emergency exit	lối ra khẩn cấp
emergency phone	điện thoại khẩn
emery board	bàn mài
emperor	hoàng đế
empress	hoàng hậu
empty	trống, không, rỗng
engaged (on the phone)	bận
engaged (to be married)	đính hôn
England	Anh quốc
English	tiếng Anh, người Anh
enjoy	thưởng thức, thích
enquire	hỏi, thắc mắc
envelope	bao thư
escalator	thang máy
escort	đi kèm
essential	cần thiết
evening	buổi tối
evening wear	dạ phục
event	sự việc, biến cố
everything	mọi thứ
everywhere	khắp nơi
examine	khám, xét
excavation	sự đào bới
excellent	tuyệt hảo
exchange	trao đổi
exchange office	văn phòng đổi tiền đoái
excursion	cuộc du ngoạn
exhibition	cuộc triển lãm
exit	lối ra
expenses	sự tiêu xài
expensive	đắt, mắt
explain	giải thích
express	trình bày; nhanh
external	bên ngoài
eye	mắt
eye drops	thuốc nhỏ mắt
eye specialist	chuyên gia về mắt

F

fabric	vải
face	mặt
factory	hãng; xưởng
fall (season)	mùa thu

fall (verb)	rơi
family	gia đình
famous	nổi tiếng
fan	quạt
far away	xa xôi
farm	nông trại
farmer	nông dân
fashion	thời trang
fast	nhanh
father	cha
father-in-law	cha chồng/ cha vợ
fault	lỗi
fax	fax
February	tháng hai
feel	cảm thấy
feel like	cảm thấy thích/ như
fence	hàng rào
ferry	phà
fever	sốt
fiancé	hôn phu
fiancée	hôn thê
fill	đổ đầy
fill out (form)	điền
filling (dental)	trám răng
filling (in food)	nhân
film (cinema)	phim xi nê
film (photo)	phim chụp hình
filter	lọc/ đồ lọc
filter cigarette	thuốc lá đầu lọc
fine (good)	tốt
fine (money)	tiền phạt
finger	ngón tay
fire	lửa, đám cháy
fire alarm	báo động có cháy
fire department	đội chữa cháy
fire escape	lối thoát khi cháy
fire extinguisher	bình chữa lửa
first	đầu tiên, thứ nhất
first aid	sơ cứu
first class	hạng nhất
fish	cá
fish (verb)	câu cá
fishing rod	cần câu
fitness club	câu lạc bộ thể dục
fitness training	tập thể dục
fitting room	phòng thử quần áo
fix (puncture)	sửa
flag	cờ
flash (camera)	flash
flashlight	đèn flash
flatulence	đầy bụng
flavor	vị, hương vị
flavoring	có mùi vị
flea	con bọ chét
flea market	chợ trời
flight	chuyến bay
flight number	số chuyến bay
flood	lụt
floor	sàn nhà
flour	bột

flu	bệnh cúm
flush	xả nước
fly (insect)	ruồi
fly (verb)	bay
fog	sương mù
foggy	sương mù
folklore	chuyện dân gian
follow	theo
food (groceries)	thực phẩm
food (meal)	món ăn
food court	khu vực bán thức ăn
food poisoning	ngộ độc thực phẩm
foot	bàn chân
foot brake	thắng chân/phanh chân
forbidden	bị cấm
forehead	trán
foreign	nước ngoài
forget	quên
fork	nĩa (utensil), càng xe (bike)
form	mẫu đơn/ hình thức
formal dress	quần áo trang trọng
forward (letter)	gửi tiếp
fountain	bồn phun nước
frame	khung
free (no charge)	miễn phí
free (unoccupied)	trống
free time	giờ tự do
freeze	đông lạnh
french fries	khoai tây chiên
fresh	tươi
Friday	thứ sáu
fried	chiên
friend	bạn
friendly	thân thiện
frightened	sợ
fringe (hair)	lọn (tóc)
frozen	đông lạnh
fruit	trái cây
fruit juice	nước trái cây
frying pan	chảo
full	đầy
fun	sự vui vẻ
funeral	đám tang

G
gallery	phòng triển lãm
game	trò chơi
garage (car repair)	tiệm sửa xe
garbage	rác
garden	vườn
garlic	tỏi
garment	quần áo
gas (for heating)	khí đốt, ga
gas station	trạm xăng
gasoline	dầu hoả (for heating, lighting), xăng (for cars)
gate	cổng
gear (car)	hộp số
gem	ngọc
gender	giống, phái tính

get off	xuống xe/ tàu...
get on	lên xe/ tàu...
gift	quà
ginger	gừng
girl	con gái
girlfriend	bạn gái
given name	tên
glass (for drinking)	ly
glass (material)	thủy tinh
glasses	mắt kiếng
gliding	lướt
glossy (photo)	láng
gloves	bao tay
glue	keo
gnat	muỗi mắt
go	đi
go back	quay lại
go out	đi ra
gold	vàng
golf	cù
golf course	sân cù
good afternoon	chào... (buổi chiều)
good evening	chào... (buổi tối)
good morning	chào... (buổi sáng)
good night	chúc ngủ ngon
goodbye	tạm biệt
goose	con ngỗng
grade crossing	chỗ đường xe lửa băng ngang
gram	gam
grandchild	cháu
granddaughter	cháu gái
grandfather	ông
grandmother	bà
grandparent	ông bà
grandson	cháu trai
grape juice	nước nho
grapes	nho
grave	nghiêm trọng
graze (injury)	vết trầy
greasy	nhầy
green	xanh lá cây
greengrocer	người bán rau quả
greeting	chào hỏi
grey	xám
grey-haired	bạc (tóc)
grilled	nướng
grocer	người bán thực phẩm
groceries	thực phẩm
group	nhóm
guest house	nhà khách
guide (book)	tập sách hướng dẫn
guide (person)	hướng dẫn viên
guided tour	du lịch có người hướng dẫn
guilty	có tội
gym	trung tâm thể dục
gynecologist	bác sĩ phụ khoa

Word list

15

H

hair	tóc (on the head)/lông (on the body)

hairbrush	lược
haircut	kiểu tóc
hairdresser	thợ cắt tóc
hairdryer	máy sấy tóc
hairspray	thuốc xịt tóc
hairstyle	kiểu tóc
half	một nửa
half full	đầy một nửa
hammer	cái búa
hand	bàn tay
hand brake	thắng tay
hand luggage	hành lý xách tay
hand towel	khăn mặt
handbag	xách tay
handkerchief	khăn tay
handmade	làm bằng tay
happy	hạnh phúc
harbor	hải cảng
hard (difficult)	khó khăn
hard (firm)	cứng
hardware store	tiệm bán dụng cụ
hat	mũ, nón
hay fever	bệnh dị ứng hoa cỏ
head	đầu
headache	bệnh đau đầu
headlights	đèn pha
health food shop	tiệm thức ăn bổ dưỡng
healthy	khoẻ mạnh
hear	nghe
hearing aid	dụng cụ trợ thính
heart	tim
heart attack	nghẽn tim
heat	sức nóng
heater	lò sưởi
heavy	nặng
heel (of foot)	gót chân
heel (of shoe)	gót giày
hello	a lô
help	giúp
helping (of food)	phần
hem	lai
herbal tea	trà dược thảo
herbs	cây thuốc
here	ở đây
high	cao
high chair	ghế cao
high tide	thủy triều lên
highway	xa lộ
hiking	đi bộ trong rừng
hiking boots	giày đi bộ
hip	hông
hire	mướn
hitchhike	xin quá giang
hobby	trò chơi giải trí
holdup	vụ cướp, chỗ kẹt xe
holiday (festival)	ngày nghỉ lễ
holiday (public)	ngày lễ
holiday (vacation)	kỳ nghỉ
homesick	nhớ nhà
honest	chân thật

honey	mật
horizontal	ngang
horrible	kinh khủng
horse	ngựa
hospital	nhà thương/ bệnh viện
hospitality	lòng hiếu khách
hot (bitter, sharp)	cay
hot (warm)	nóng
hot spring	suối nước nóng
hot-water bottle	bình nước nóng
hotel	khách sạn
hour	giờ
house	nhà
houses of parliament	quốc hội
how?	cách nào?/ như thế nào?
how far?	bao xa?
how long?	bao lâu?
how many?	bao nhiêu?
how much?	bao nhiêu?
hundred grams	một trăm gam
hungry	đói
hurry	vội
husband	chồng
hut	chòi

I

ice cream	kem
ice cubes	đá cục
ice-skating	trượt băng
iced	ướp đá, lạnh
idea	ý tưởng
identification (card)	giấy chứng minh
identify	xác nhận
ignition key	chìa khoá đề máy/công tắc
ill	đau ốm
illness	bệnh
imagine	tưởng tượng
immediately	ngay lập tức
import duty	thuế nhập khẩu
important	quan trọng
impossible	không thể được
improve	cải thiện
in	trong
in the evening	vào buổi tối
in the morning	vào buổi sáng
in-laws	bà con bên vợ/ bên chồng
included	được bao gồm
including	gồm cả
indicate	cho thấy
indicator (car)	đồng hồ báo hiệu
indigestion	khó tiêu
inexpensive	không đắt
infection	sự nhiễm trùng
infectious	nhiễm trùng
inflammation	viêm
information	thông tin
information office	văn phòng hướng dẫn
injection	chích
injured	bị thương

inner tube	ruột
innocent	vô tội
insect	côn trùng
insect bite	vết côn trùng cắn
insect repellent	thuốc xua côn trùng
inside	bên trong
instructions	chỉ dẫn
insurance	bảo hiểm
intermission	giờ nghỉ giải lao
internal	trong, bên trong
international	quốc tế
Internet café	cà phê internet
interpreter	thông dịch viên
intersection	ngã tư
introduce oneself	giới thiệu
invite	mời
invoice	hoá đơn
iodine	I ốt
Ireland	Ái Nhĩ Lan
iron (for clothes)	bàn ủi/là
iron (metal)	sắt
iron (verb)	ủi/là
ironing board	bàn để ủi quần áo
island	đảo
itch	ngứa

J

jack (for car)	con đội
jacket	áo vét
jackfruit	mít
jam	mứt
January	tháng giêng
jaw	hàm răng
jeans	quần gin
jellyfish	sứa
jeweler	thợ kim hoàn
jewelry	kim hoàn
job	công việc
jog	chạy bộ
joke	chuyện dùa
journey	cuộc hành trình
juice	nước trái cây
July	tháng bảy
June	tháng sáu

K

kerosene	dầu hoả
key	chìa khoá
kidney	thận
kilogram	kí lô
king	vua
kiss	nụ hôn
kiss (verb)	hôn
kitchen	nhà bếp
knee	đầu gối
knife	dao
knit	đan
know	biết

L

lace (fabric)	dây
laces (for shoes)	dây giày
ladder	thang
lake	hồ
lamb	cừu
lamp	đèn
land (ground)	đất
land (verb)	đặt chân, hạ cánh
lane (of traffic)	tuyến đường
language	ngôn ngữ, tiếng nói
large	lớn
last (endure)	kéo dài
last (final)	cuối
last night	đêm qua
late	trễ
later	lát nữa, sau này
laugh	cười
launderette	tiệm giặt
laundry soap	xà phòng giặt
law	luật
lawyer	luật sư
laxative	thuốc xổ
leak	rò, rỉ
leather	da
leather goods	đồ da
leave	rời khỏi
left	bên trái
left behind	để lại, bị bỏ lại đàng sau
leg	chân
leggings	tất dài, vớ dài, ba
leisure	rảnh rỗi
lemon	chanh
lend	cho mượn
lens (camera)	ống kính
less	ít hơn, kém
lesson	bài học
letter	lá thư; chữ
lettuce	xà lách
level crossing	chỗ có đường xe lửa chạy qua
library	thư viện
license	bằng
lie (be lying)	nằm
lie (falsehood)	nói dối
lie down	nằm xuống
lift (elevator)	thang máy
lift (in car)	quá giang
light (lamp)	đèn
light (not dark)	sáng
light (not heavy)	nhẹ
light bulb	bóng đèn
lighter	hộp quẹt
lightning	sấm chớp, tia chớp
like (verb)	thích
line	đường, dây
linen	vải lanh
lining	vải lót
liqueur	rượu ngọt

liquor store	tiệm rượu
listen	lắng nghe
liter	lít
literature	văn học
little (amount)	nhỏ, ít
little (small)	nhỏ
live (alive)	còn sống
live (verb)	sống
liver	gan
lobster	tôm hùm
local	địa phương
lock	khoá; ổ khoá
long	dài; lâu
long-distance call	gọi điện thoại đường dài
look at	nhìn
look for	tìm
look up	tìm
lose	mất
loss	sự tổn thất
lost (can't find way)	lạc đường
lost (missing)	mất
lost and found office	văn phòng giữ đồ thất lạc
lotion	dầu thơm
loud	lớn
love	tình yêu
love (verb)	yêu
low	thấp
low tide	thủy triều thấp
LPG	khí đốt LPG
luck	sự may mắn
luggage	hành lý
luggage locker	tủ đựng hành lý
lumps (sugar)	cục, miếng
lunch	bữa trưa
lungs	phổi

M

madam	bà
magazine	tạp chí
mail (letters)	thư từ
mail (verb)	gửi qua bưu điện
main post office	bưu điện chính
main road	đường chính
make, create	làm, chế tạo
make an appointment	lấy hẹn
make love	làm tình
makeshift	tạm
makeup	sự trang điểm
man	đàn ông
manager	giám đốc
mango	xoài
manicure	làm móng tay
many	nhiều
map	bản đồ
marble	cẩm thạch
March	tháng ba
margarine	bơ margarine
marina	cảng nhỏ
marital status	tình trạng hôn nhân

market	chợ; thị trường
married	có gia đình
mass	đám đông; thánh lễ
massage	xoa bóp
mat (on floor)	thảm; chiếu
mat (on table)	tấm lót bàn ăn
match	trận đấu; người phù hợp
matches	diêm
matte (photo)	mờ
May	tháng năm
maybe	có lẽ
mayonnaise	sốt mayonnaise
mayor	thị trưởng
meal	bữa ăn
mean	có nghĩa
measure	đo
measure out	đo
measuring jug	hũ để lường
meat	thịt
medication	thuốc
medicine	thuốc
meet	gặp
melon	dưa
member	hội viên; thành viên
member of parliament	dân biểu
membership card	thẻ hội viên
mend	sửa
menstruate	có kinh
menstruation	sự có kinh
menu	thực đơn
message	tin; thông điệp
metal	kim loại
meter (in taxi)	đồng hồ
meter (measure)	mét
migraine	bệnh thiên đầu thống
mild (taste)	dịu, vừa phải
milk	sữa
millimeter	mi li mét
mineral water	nước suối/ khoáng
minute	phút
mirror	gương
miss (flight, train)	lỡ
miss (loved one)	nhớ
missing	lạc mất
missing person	người mất tích
mist	sương
misty	nhiều sương
mistake	lầm lỗi
mistaken	lầm lỗi
misunderstanding	hiểu lầm
mixed	trộn lẫn
modern art	nghệ thuật mới
moment	lúc
monastery	tu viện
Monday	thứ hai
money	tiền
monkey	con khỉ
month (calendar)	tháng
moon	mặt trăng
moped	xe gắn máy nhỏ

Word list

15

mosquito	con muỗi
mosquito net	mùng
motel	khách sạn motel
mother	mẹ; má
mother-in-law	mẹ vợ; mẹ chồng
motorbike	xe gắn máy
motorboat	thuyền máy
mountain	núi
mountain hut	chòi trên núi
mouse	con chuột
mouth	miệng
MSG	bột ngọt; mì chính
much	nhiều
mud	bùn
muscle	bắp thịt
muscle spasms	chuột rút
museum	viện bảo tàng
mushrooms	nấm
music	nhạc

N

nail (finger)	móng tay/ móng chân
nail (metal)	đinh
nail file	đồ giũa móng tay
nail scissors	kéo cắt móng tay
naked	trần truồng
nappy, diaper	tã
nationality	quốc tịch
natural	tự nhiên/thiên nhiên
nature	tự nhiên/thiên nhiên
nauseous	buồn nôn
near	gần
nearby	quanh đây
necessary	cần thiết
neck	cổ
necklace	dây chuyền
necktie	khăn quàng
needle	kim
negative (photo)	phim
neighbor	hàng xóm
nephew	cháu trai
never	không bao giờ; chưa bao giờ
new	mới
news	tin tức
news stand	sạp báo
newspaper	báo
next	kế tiếp
next to	kế bên
nice (person)	tốt; dễ thương
nice (pleasant)	tốt, vui, ngon
niece	cháu gái
night	đêm
night duty	trực đêm
nightclothes	quần áo mặc buổi tối
nightclub	hộp đêm/vũ trường
nightdress	quần ngủ áo
nipple (bottle)	núm vú
no	không
no-one	không một ai

no entry	cấm vào
no thank you	không, cảm ơn
noise	tiếng ồn
nonstop (flight)	thẳng
noodles	mì, bún
normal	bình thường
north	phía bắc
nose	mũi
nose drops	thuốc nhỏ mũi
nosebleed	máu cam
notebook	sổ tay
notepad	giấy ghi chú
notepaper	giấy ghi chép
nothing	không gì
November	tháng mười một
nowhere	không ở nơi nào cả
number	sổ
number plate	bảng số
nurse	y tá
nuts	đậu, hạt

O

occupation	nghề nghiệp
October	tháng mười
off (gone bad)	hư
off (turned off)	tắt
offer	cho
office	văn phòng
oil	dầu
oil level	mức dầu
ointment	dầu xức
okay	ô-kê, được
old	cũ, già
on (turned on)	mở
on, at	vào lúc, tại
on board	lên xe, tàu
on the left	ở bên trái
on the right	ở bên phải
on the way	trên đường
oncoming car	xe sắp tới
one-way ticket	vé một chuyến
one-way traffic	xe cộ một chiều
onion	hành
open	mở cửa
open (verb)	mở
operate (surgeon)	giải phẫu
operator (telephone)	nhân viên tổng đài
opposite	đối diện
optician	nhân viên nhãn khoa
orange (color)	màu cam
orange (fruit)	cam
order	đơn đặt hàng; lệnh; thứ tự
order (verb)	đặt hàng; ra lệnh
other	khác
other side	phía kia; mặt kia
outside	bên ngoài
over there	ở đằng kia
overpass	cầu vượt
overseas	nước ngoài

Word list

15

overtake	qua mặt
oyster	sò

P

packed lunch	thức ăn trưa đóng gói
page	trang
pain	đau
painkiller	thuốc giảm đau
paint	vẽ; sơn
painting (art painting)	bức tranh
pajamas	đồ ngủ
palace	dinh thự
pan	chảo, xoong
pane	tấm kiếng
panties	đồ lót trẻ em
pants	quần dài
pantyhose	vớ dài
papaya (tree and fruit)	đu đủ
paper	giấy
paraffin oil	dầu paraffin
parasol	lọng; dù
parcel	gói
pardon	tha thứ
parents	cha mẹ
park (verb)	đậu
park, gardens	công viên
parking garage	bãi đậu xe
parking space	chỗ đậu xe
part (car-)	phụ tùng
partner	bạn; người yêu
party	tiệc
passable (road)	đi được
passenger	hành khách
passionfruit	trái chanh Đài Loan
passport	sổ hộ chiếu
passport photo	hình hộ chiếu
patient	bệnh nhân
pay	trả tiền
pay the bill	trả tiền
peach	đào
peanut	đậu phộng
pear	lê
pearl	ngọc trai
peas	đậu
pedal	bàn đạp/ đạp xe
pedestrian crossing	chỗ qua đường
pedicure	làm móng chân
pen	cây viết; bút
pencil	bút chì
penknife	dao bỏ túi/dao díp
penis	dương vật
people	người
pepper (black)	tiêu
pepper (chilli)	ớt
performance	cuộc biểu diễn
perfume	nước hoa
perhaps	có lẽ
period (menstrual)	kinh nguyệt
permit	cho phép

15

person	người
personal	cá nhân
pet	thú vật trong nhà
petrol	xăng
petrol station	trạm xăng
pharmacy	tiệm thuốc tây
phone	điện thoại
phone (verb)	điện thoại
phone booth	trạm điện thoại
phone card	thẻ điện thoại
phone directory	niên giám điện thoại
phone number	số điện thoại
photo	hình chụp
photocopier	máy phôtô
photocopy	bản phôtô
photocopy (verb)	chụp phôtô
phrasebook	sách dạy đàm thoại
pick up (come to)	đến
pick up (go to)	đón
picnic	du ngoạn
pill (contraceptive)	thuốc viên (ngừa thai)
pillow	gối
pillowcase	bao gối
pills, tablets	thuốc viên
pin	kim ghim
pineapple	thơm/khóm/dứa
pipe (plumbing)	ống nước
pipe (smoking)	ống điếu
pipe tobacco	thuốc lá
pity	lòng thương xót, sự tội nghiệp
place of interest	nơi tham quan
plain (not flavored)	bình thường
plain (simple)	đơn giản
plan (intention)	kế hoạch
plan (map)	bản đồ
plane	máy bay
plant	cây
plaster cast	băng bột
plastic	nhựa dẻo
plastic bag	bao nhựa
plate	dĩa
platform	khán đài
play (drama)	vở kịch
play (verb)	chơi
play golf	chơi cù/gôn
play sports	chơi thể thao
play tennis	chơi quần vợt
playground	sân chơi
playing cards	bài
pleasant	vui tươi
please	xin vui lòng! làm vừa lòng
pleasure	sự vui vẻ
plug (electric)	cắm điện; ổ cắm điện
plum	mận
pocket	túi
pocketknife	dao bỏ túi
point out	chỉ ra
poisonous	độc
police	cảnh sát/công an
police officer	cảnh sát viên/công an

Word list

15

police station	trạm cảnh sát/công an
pond	hồ/ao
pony	ngựa nhỏ
population	dân số
pork	thịt heo
port	hải cảng
porter (concierge)	người gác cửa
porter (for bags)	người khuân vác
possible	có thể
post (verb)	gửi qua bưu điện
post office	bưu điện
postage	cước bưu điện
postbox	thùng gửi thư/hộp thư
postcard	bưu thiếp
postcode	số hộp thư
postpone	hoãn lại
potato	khoai tây
potato chips	khoai tây chiên
poultry	gia cầm
powdered milk	sữa bột
power outlet	ổ cắm điện
prawn	tôm
precious metal	quý kim
precious stone	đá quý
prefer	thích... hơn
preference	sự ưa thích
pregnant	có thai
prescription	toa thuốc
present (gift)	quà
present (here)	có mặt
press	báo chí
pressure	sức ép
price	giá
price list	bảng giá
print (picture)	hình rọi
print (verb)	in; rọi
probably	có lẽ
problem	vấn đề
profession	nghề nghiệp chuyên môn
profit	lợi nhuận
program	chương trình
pronounce	công bố
propane	khí đốt propane
pudding	bánh pudding
pull	kéo
pull a muscle	gồng
pulse	mạch
pure	tinh khiết, thuần túy
purify	lọc
purple	tím
purse (for money)	bóp
purse (handbag)	túi xách
push	đẩy
puzzle	câu đố
pyjamas	quần áo ngủ

Q

| quarter | một phần tư; quý (3 months) |
| quarter of an hour | mười lăm phút |

queen	nữ hoàng
question	câu hỏi; vấn đề
quick	nhanh
quiet	yên tĩnh

R

radio	ra dô, vô tuyến truyền thanh
railroad, railway	hoả xa
rain	mưa
rain (verb)	mưa
raincoat	áo mưa
rape	hãm hiếp
rapids	ghềnh thác
rash	ban; mụn đỏ
raw	sống, chưa nấu chín
razor blade	lưỡi dao cạo
read	đọc
ready	sẵn sàng
really	thật sự
reason	lý do
receipt	biên nhận
reception desk	bàn tiếp khách
recipe	cách nấu
reclining chair	ghế dựa
recommend	đề nghị, giới thiệu
rectangle	hình chữ nhật
red	đỏ
red wine	rượu đỏ
reduction	sự giảm xuống
refrigerator	tủ lạnh
refund	trả tiền lại
regards	lời thăm hỏi
region	miền, vùng
registered	đăng ký
relatives	bà con
reliable	đáng tin cậy
religion	tôn giáo
rent out	mướn hết rồi
repair	sửa
repairs	những việc sửa chữa
repeat	lập lại
report (police)	báo cáo
reserve	dành riêng
responsible	có trách nhiệm
rest	nghỉ
restaurant	tiệm ăn
restroom	phòng vệ sinh
result	kết quả
retired	về hưu
return ticket	vé khứ hồi
reverse (car)	giữ chỗ trước
rheumatism	bệnh phong thấp
ribbon	ruy-băng
rice (cooked)	cơm
rice (grain)	gạo, thóc
ridiculous	kỳ cục
riding (horseback)	môn cưỡi ngựa
right (correct)	đúng
right (side)	bên phải

right of way	đúng đường
rinse	súc
ripe	chín
risk	nguy hiểm
river	sông
road	đường
roadway	đường xe lửa
roasted	quay
rock (stone)	đá
roll (bread)	ổ
roof	mái nhà
roof rack	chỗ để hành lý phía trên
room	phòng
room number	số phòng
room service	việc dọn phòng
rope	dây thừng
route	đường
rowing boat	thuyền chèo
rubber	cao su
rude	thô lỗ
ruins	cảnh hoang phế
run	chạy
running shoes	giày chạy bộ

S

sad	buồn
safe	an toàn
safe (for cash)	tủ sắt
safety pin	kim băng
sail (verb)	giong buồm
sailing boat	thuyền buồm
salad	rau sống
sale	bán khuyến mãi
sales clerk	nhân viên bán hàng
salt	muối
same	cùng; giống như
sandals	xăng đan/dép
sandy beach	bãi biển nhiều cát
sanitary towel	khăn vệ sinh
satisfied	thoả mãn
Saturday	thứ bảy
sauce	nước sốt
saucepan	xoong
sauna	tắm hơi
say	nói
scald (injury)	phỏng nước sôi
scales	cân
scarf (headscarf)	khăn quàng
scarf (muffler)	khăn trùm
scenic walk	lối đi bộ ngắm cảnh
school	trường
scissors	kéo
Scotland	Tô Cách Lan
screw	vít
screwdriver	tuộc vít
scuba diving	lặn
sculpture	điêu khắc
sea	biển
seasick	say sóng

seat	chỗ ngồi; yên ngồi
second (in line)	thứ nhì, thứ hai
second (instant)	giây
second-hand	đã dùng qua
sedative	thuốc an thần
see	thấy
send	gửi
sentence	câu; án
separate	chia cách/riêng biệt
September	tháng chín
serious	nghiêm trọng
service	dịch vụ
service station	trạm phục vụ
serviette	khăn ăn
sesame oil	dầu mè/vừng
sesame seeds	mè/vừng
set	bộ; đông
sew	may
shade	bóng mát; bóng râm
shallow	cạn
shame	sự xấu hổ
shampoo	dầu gội đầu
shark	cá mập
shave	cạo râu
shaver	đồ cạo râu
shaving cream	kem cạo râu
sheet	tấm
shirt	áo sơ mi
shoe	giày
shoe polish	thuốc đánh giày/xi-ra
shop (verb)	đi mua sắm
shop, store	tiệm
shop assistant	nhân viên bán hàng
shopping center	trung tâm thương mại
shop window	cửa tiệm
short	ngắn, thấp
short circuit	dòng điện chạm
shorts (short trousers)	quần đùi
shorts (underpants)	quần lót
shoulder	vai
show	chương trình biểu diễn
shower	tắm vòi sen
shrimp	tôm
shutter (camera)	màn trập
shutter (on window)	cửa chớp
sieve	cái rây
sightseeing	đi ngắm cảnh
sign (road)	biển hiệu
sign (verb)	ký tên
signature	chữ ký
silence	sự yên lặng
silk	lụa
silver	bạc
simple	đơn giản
single (only one)	đơn
single (unmarried)	độc thân
single ticket	vé đơn
sir	ông
sister	chị/ em gái
sit (be sitting)	ngồi

sit down	ngồi xuống
size	cỡ
skiing	trượt tuyết
skin	da
skirt	váy ngắn
sleep	ngủ
sleeping car	toa nằm
sleeping pills	thuốc ngủ
sleeve	tay áo
slip (verb)	trượt
slippers	giày đi trong nhà
slow	chậm
slow train	xe lửa chạy chậm
small	nhỏ
small change	tiền lẻ
smell	ngửi, có mùi
smoke	khói
smoke detector	máy báo động khói
smoked	hun khói
snake	con rắn
snorkel	ống lặn
snow	tuyết
snow (verb)	tuyết rơi
soap	xà bông
soap powder	xà bông bột
soccer	bóng đá
soccer match	trận bóng đá
socket (electric)	ổ cắm điện
socks	tất, vớ
soft drink	nước ngọt
sole (of shoe)	đế
someone	người nào đó
sometimes	đôi khi
somewhere	nơi nào đó
son	con trai
soon	sớm
sore (painful)	đau nhức
sore (ulcer)	vết loét
sore throat	đau họng
sorry	xin lỗi
soup	xúp
sour	chua
south	miền nam; phía nam
souvenir	quà lưu niệm
soy sauce	nước tương
spanner, wrench	cà lê
spare	dư ra, dự phòng
spare parts	đồ phụ tùng
spare tire	vỏ xe dự phòng
spare wheel	bánh xe dự phòng
speak	nói
special	đặc biệt
specialist (doctor)	bác sĩ chuyên khoa
specialty (cooking)	món đặc biệt
speed limit	tốc độ giới hạn
spell	đánh vần
spices	gia vị
spicy	có gia vị
splinter	mảnh nhọn
spoon	muỗng

sport	thể thao
sports center	trung tâm thể thao
spot (place)	chỗ
spot (stain)	vết
spouse	vợ/chồng
sprain	trặc
spring (device)	lò xo
spring (season)	mùa xuân
square (plaza)	công trường
square (shape)	vuông
square meter	mét vuông
squash (game)	quần vợt tường
squash (vegetable)	bí, bầu
stadium	sân vận động
stain	vết dơ
stain remover	thuốc tẩy vết dơ
stairs	cầu thang
stamp	tem
stand (be standing)	đứng
stand up	đứng dậy
star	sao
starfruit	khế
start	bắt đầu
station	trạm
statue	tượng
stay (in hotel)	ở
stay (remain)	ở lại
steal	ăn cắp
steamed	hấp
steel	thép
stepfather	cha kế
stepmother	mẹ kế
steps	tam cấp
sterilise	khử trùng
sticking plaster	băng dán
sticky tape	băng keo
stir-fried	xào
stitches (in wound)	vết may
stomach (abdomen)	bụng
stomach (organ)	bao tử
stomach ache	đau bụng
stomach cramps	đau quặn ở bụng
stools	phân; cứt
stop (bus-)	trạm xe buýt
stop (cease)	thôi
stop (halt)	ngừng lại
stopover	chỗ ghé lại
store, shop	tiệm
storm	bão
story (of building)	tầng
straight	thẳng
straight ahead	thẳng phía trước
straw (drinking)	ống hút
street	đường phố
street vendor	người bán dạo
strike (work stoppage)	đình công
string	dải, dây
strong	mạnh, chắc
study	học, nghiên cứu
stuffed animal	thú nhồi bông

Word list

15

stuffing	nhân
subtitles	phụ đề
succeed	thành công
sugar	đường
suit	bộ com-lê/vét
suitcase	va li
summer	mùa hè/ mùa hạ
sun	mặt trời
sunbathe	tắm nắng
Sunday	chủ nhật
sunglasses	kiếng mát
sunhat	nón che nắng
sunrise	sáng sớm, bình minh
sunscreen	kem chống nắng
sunset	chiều tối, hoàng hôn
sunshade	chỗ bóng râm
sunstroke	bị say nắng
suntan lotion	kem chống nắng
suntan oil	dầu chống nắng
supermarket	siêu thị
surcharge	phụ phí
surf	trượt sóng
surface mail	thư thủy bộ
surfboard	ván lướt sóng
surname	tên họ
surprise	điều ngạc nhiên
swallow	nuốt
swamp	đầm lầy
sweat	mồ hôi
sweater	áo ấm
sweet	ngọt
sweetcorn	bắp
swim	bơi
swimming costume	quần áo bơi
swimming pool	hồ bơi
swindle	lừa đảo
switch	bật
synagogue	hội đường tôn giáo
syrup	xi rô

T

table	bàn
table tennis	bóng bàn
tablecloth	khăn bàn
tablemat	tấm vải trải trên bàn
tablespoon	muỗng canh
tablets	viên thuốc
tableware	đồ đạc dùng trên bàn
take (medicine)	uống (thuốc)
take (photograph)	chụp (hình)
take (time)	mất (...giờ)
talk	nói chuyện
tall	cao
tampon	băng vệ sinh
tanned	rám nắng
tap	vòi nước
tap water	nước máy
tape measure	thước dây
tassel	núm tua dùng trang hoàng

taste	vị
taste (verb)	nếm
tax	thuế
tax-free shop	cửa hàng miễn thuế
taxi	tắc xi
taxi stand	trạm tắc xi
tea (black)	trà (đen)
tea (green)	trà (xanh)
teacup	tách uống trà
teapot	ấm trà
teaspoon	muỗng cà phê
teat (bottle)	núm vú
telephoto lens	ống thu hình từ xa
television	ti vi/ máy thu hình
telex	fax
temperature (body)	thân nhiệt
temperature (heat)	nhiệt độ
temple	chùa; đền thờ
tender, sore	hơi nhức
tennis	quần vợt
ten	mười
tent	lều
terminus	trạm cuối
terrace	sân thượng
terribly	khủng khiếp
thank	cảm ơn
thank you, thanks	cảm ơn ông (bà...)
thaw	tan
theater	rạp hát
theft	sự trộm cắp
there	ở đằng kia
thermometer (body)	nhiệt kế
thermometer (weather)	hàn thử biểu
thick	dày
thief	kẻ cắp
thigh	đùi
thin (not fat)	ốm
thin (not thick)	mỏng
think (believe)	nghĩ; tin
think (ponder)	suy nghĩ
third (1/3)	một phần ba
thirsty	khát
this afternoon	chiều nay
this evening	tối nay
this morning	sáng nay
thread	sợi; chỉ
throat	cổ họng
throat lozenges	thuốc ngậm trị đau họng
thunderstorm	sấm sét
Thursday	thứ năm
ticket (admission)	vé (vào cửa)
ticket (travel)	vé
ticket office	phòng bán vé
tidy	gọn
tie (necktie)	cà vạt
tie (verb)	cột
tight (thick)	chặt
tights (pantyhose)	đồ bó sát
time (occasion)	lần
times (multiplying)	lần

timetable	lịch trình
tin (can)	hộp
tin opener	đồ mở hộp
tip (gratuity)	tiền trà nước/hoa hồng
tire	vỏ xe
tire pressure	sức ép bánh xe
tissues	khăn giấy
tobacco	thuốc lá
today	hôm nay
toddler	em bé
toe	ngón chân
together	cùng nhau
toilet	nhà vệ sinh
toilet paper	giấy vệ sinh
toilet seat	bồn cầu
toiletries	đồ dùng vệ sinh
tomato	cà chua
tomorrow	ngày mai
tongue	lưỡi
tonight	đêm nay
tool	dụng cụ
tooth	răng
toothache	đau răng
toothbrush	bàn chải răng
toothpaste	kem đánh răng
toothpick	tăm
top up	để lên trên cùng
torch, flashlight	đèn pin
total	tổng cộng
tough	gay go; dai
tour	du lịch
tour guide	hướng dẫn viên du lịch
tourist class	dành cho du khách
tourist information office	văn phòng hướng dẫn du lịch
tow	kéo
tow cable	dây cáp dùng để kéo
towel	khăn tắm
tower	tháp
town	thị trấn
town hall	toà thị chính
toy	đồ chơi
traffic	xe cộ
traffic light	đèn đường
train	xe lửa
train station	ga xe lửa
train ticket	vé xe lửa
train timetable	lịch chạy tàu
translate	dịch
travel	du lịch
travel agent	công ty du lịch
traveler	du khách
traveler's cheque	chi phiếu du hành
treatment	điều trị
triangle	tam giác
trim (haircut)	tia
trip	chuyến đi chơi
truck	xe vận tải
trustworthy	đáng tin tưởng
try on	thử

tube (of paste)	ống
Tuesday	thứ ba
tuna	cá thu
tunnel	đường hầm
turn off	tắt
turn on	mở
turn over	xoay qua
TV	ti vi; máy truyền hình
TV guide	chương trình truyền hình
tweezers	cái nhíp
twin-bedded	giường đôi
typhoon	bão

U

ugly	xấu
UHT milk	sữa tiệt trùng
ulcer	vết loét
umbrella	dù
under	dưới, bên dưới
underpants	quần lót
underpass	hầm chui
understand	hiểu
underwear	đồ lót
undress	cởi quần áo
unemployed	thất nghiệp
uneven	không đều
university	đại học
unleaded	không có chất chì
up	lên, dậy
upright	thẳng đứng
urgent	khẩn cấp
urgently	khẩn cấp
urine	nước tiểu
usually	thường thường

V

vacate	rời đi, trả phòng
vacation	kỳ nghỉ
vaccinate	chích ngừa
vagina	âm hộ
valid	có giá trị
valley	thung lũng
valuable	quý giá
valuables	đồ quý giá
van	xe vận tải nhỏ
vase	bình
vegetable	rau
vegetarian	người ăn chay
vein	mạch
velvet	nhung
vending machine	máy bán hàng
venomous	độc
venereal disease	bệnh hoa liễu
vertical	dọc
via	qua; ghé lại
video camera	máy quay video
video cassette	băng video
video recorder	máy thâu video

Word list

15

view	quang cảnh
village	làng
visa	chiếu khán/thị thực/visa
visit	thăm
visiting time	giờ thăm
vitamins	sinh tố
vitamin tablets	thuốc viên sinh tố
volcano	núi lửa
volleyball	bóng chuyền
vomit	mửa; nôn

W

wait	đợi/ chờ
waiter	nam tiếp viên
waiting room	phòng đợi
waitress	nữ tiếp viên
wake up	thức giấc
Wales	xứ Wales
walk (noun)	cuộc đi bộ
walk (verb)	đi bộ
walking stick	gậy chống
wall	tường
wallet	bóp; ví
wardrobe	tủ quần áo
warm	ấm, nóng
warn	cảnh cáo
warning	sự cảnh cáo
wash	rửa; giặt
washing	sự tắm rửa, giặt
washing line	dây phơi quần áo
washing machine	máy giặt
wasp	con ong
watch	xem
water	nước
water-skiing	trượt nước
waterfall	thác nước
waterproof	không thấm nước
way (direction)	đường, lối
way (method)	phương pháp
we	chúng tôi; chúng ta
weak	yếu
wear	mang, mặc
weather	thời tiết
weather forecast	dự báo thời tiết
wedding	đám cưới
Wednesday	thứ tư
week	tuần
weekday	ngày thường
weekend	cuối tuần
weigh	cân nặng
weigh out	cân
welcome	chào đón
well (for water)	giếng
well (good)	khoẻ
west	phía tây
wet	ướt
wetsuit	bộ quần áo lặn
what?	cái gì? gì?
wheel	bánh xe

wheelchair	xe lăn
when?	khi nào?
where?	ở đâu? đâu?
which?	...nào?
white	trắng
white wine	rượu trắng
who?	ai?
why?	tại sao? vì sao?
wide-angle lens	ống kính góc rộng
widow	bà góa
widower	đàn ông góa vợ
wife	vợ
wind	gió
window (in room)	cửa sổ
window (to pay)	phòng
windscreen, windshield	kính chắn gió
windscreen wiper	cần lau kiếng
wine	rượu
winter	mùa đông
wire	dây
witness	người chứng
woman	đàn bà
wonderful	tuyệt vời
wood	gỗ
wool	len
word	từ; chữ
work	làm việc
working day	ngày làm việc
worn	mòn
worried	lo
wound	vết thương
wrap	gói
wrench, spanner	cà lê
wrist	cổ tay
write	viết
write down	viết ra
writing pad	tập giấy để viết
writing paper	giấy để viết
wrong	sai

Y

yarn	chỉ sợi
year	năm; tuổi
yellow	vàng; màu vàng
yes	vâng, dạ
yes please	xin cho tôi...
yesterday	hôm qua
you	ông, bà, cô, anh, chị, em
youth hostel	nhà ở cho thanh niên

Z

zip	dây kéo (noun); khoá chặt (verb)
zoo	sở thú
zucchini	mướp tây, bí ngọt

Basic grammar

1 Word forms

Single words

A Vietnamese word can have one of following four structures:

a) A vowel or vowel cluster with or without a tone marker.

Examples:
Ô!	(oh!)
Ai	(who)
Áo	(shirt)

b) A vowel or vowel cluster with or without a tone marker plus a final consonant.

Examples:
ăn	(to eat)
uống	(to drink)
ấm	(warm)

c) An initial consonant plus a vowel or vowel cluster with or without a tone marker.

Examples:
da	(skin)
dạ	(yes)
dao	(knife)

d) An initial consonant plus a vowel or vowel cluster with or without a tone marker and a final consonant.

Examples:
cơm	(steamed rice)
thương	(to love)
soạn	(to prepare)
buồn	(sad)

Compound words

Two or more single words (syllables) may be joined together to form a compound word.

Conjunctive compound words

A conjunctive compound word is formed by two different single words.

Examples:

Single words	Compound word
bàn (table), ghế (chair)	bàn ghế (furniture)
cha (father), mẹ (mother)	cha mẹ (parents)
máy (machine), may (to sew)	máy may (sewing machine)
máy (machine), giặt (to wash)	máy giặt (washing machine)
máy (machine), bay (to fly)	máy bay (airplane)
trái (fruit), cây (tree)	trái cây (fruit)
lá (leaf), cây (tree)	lá cây (leaf)
cành (branch), cây (tree)	cành cây (branch)

Reduplicative compound words

A reduplicative compound word is formed by a the reduplication of the entire stem, or by a part of it affixed to itself, or by a meaningful single word plus a meaningless structural element.

Examples:

Single word	Compound word
nhỏ	nhỏ nhỏ (slightly small)
xanh	xanh xanh (slightly blue)

ngày	ngày ngày (everyday)
nhỏ	nhỏ nhoi (unimportant)
nhanh	nhanh nhẹn (quickly)
vui	vui vẻ (pleasant)
khóc	khóc lóc (to cry)
xơ xác	xơ rơ xác rác (all ragged)
ngày xưa	ngày xửa ngày xưa (once upon a time)

Free compound words

A free compound words is formed by two or three single words, which do not follow the above formation. There are not many free compound words in Vietnamese.

Examples:

cà lăm	(to stammer)
thình lình	(suddenly)

Important notes

a) Vietnamese words may be classified as follows: noun, pronoun, verb, adjective, adverb, conjunction, preposition, numeral, exclamation, adverbial particle.

b) Vietnamese words never change in number, gender, person or tense. Plurality is expressed by a limited number of words called plural markers which always precede the invariable nouns.

c) More than half of Vietnamese words are derived from Chinese. Therefore, there are often two words to designate the same thing, one coming from Chinese and the other being pure Vietnamese.

d) Idioms are phrases with a fixed structure. They have a special formation with rhythms.

Examples:

tiền rừng bạc biển	(very rich)
ba chìm bảy nổi	(up and down)
một nắng hai sương	(hard working life)

2 The basic sentence structure

A sentence is made up of one or more phrases. It provides a complete expression of meaning. It expresses a statement, a question, a command, or an exclamation. In the written form it begins with a capital letter and ends with a full stop, a question mark or an exclamation mark. Sometimes a sentence may not have a subject or a verb.

Phrases

A phrase is a compound of two or more words which together make up a particular element of a sentence (e.g. the subject or the predicate). There are four types of phrases: noun phrases, verb phrases, adjectival phrases and adverbial phrases.

Example:

Hai người thanh niên	dang đẩy một chiếc xe hơi.
Hai người thanh niên	is a noun phrase.
dang đẩy một chiếc xe	is a verb phrase.

Simple sentences

A simple sentence normally consists of two parts, a subject and a predicate. The subject and the predicate can be single words or phrases.

Examples:

Subject	Predicate	
Ông Nam	vui	(Mr Nam is happy.)
Xe cửa tôi	chạy nhanh	(My car runs fast.)
Bạn tôi	đã mua sách	(My friend bought books.)
Cô ấy	học tiếng Việt không?	(Does she learn Vietnamese?)
Tôi	20 tuổi	(I'm 20 years old.)

In a simple sentence, there may be more than one subject or predicate.
Examples:
Ông Nam và tôi đi ăn cơm Việt Nam.
(Mr Nam and I went to have a Vietnamese meal: 2 subjects + 1 predicate)

Sinh viên sẽ học nghe, nói, đọc và viết tiếng Việt.
(Students will learn to listen to, speak, read and write Vietnamese: 1 subject + 4 predicates)

Optional parts of a sentence
Many sentences have an optional part which is dependent on the main part; it modifies the whole sentence and cannot, therefore, stand independently as a sentence. It is an adverb or an adverbial phrase of time, place, manner, purpose, etc. The optional part of a sentence may be put at the beginning of a sentence or at the end, but in Vietnamese, 80% of them have to be put at the beginning of the sentence.
Examples:

Optional part	Main part
Ngày thứ hai,	tôi sẽ đi học.
(On Monday,	I will go to school.)
Ở trên bàn,	có 3 quyển sách.
(On the table,	there are 3 books.)

Compound sentences
A compound sentence is made up of two simple sentences linked by a conjunctive particle.

Examples:
Vì hôm nay trời đẹp nên tôi đi chơi.
(Because it is beautiful today, I am going out.)

Hôm nay trời đẹp	is a single sentence.
Tôi đi chơi	is a single sentence.
Vì... nên...	is a conjunctive particle.

Trong khi mẹ tôi làm việc thì em tôi học bài.
(While my mother is working, my younger brother is studying.)

Mẹ tôi làm việc	is a single sentence.
Em tôi học bài	is a single sentence.
Trong khi... thì...	is a conjunctive particle.

Terms of address
In place of a pronoun equivalent to English 'you', Vietnamese uses a range of kinship terms and honorifics as terms of address. The use of these is explained at the beginning of Section 2. The Vietnamese phrases listed often require a choice to be made according to whether the addressee is male or female.